ഒറ്റയാന്റെ ഹൃദയം

ottayante hridhayam
poems
•
gireesh puliyoor
•
first edition
january 2019
•
typesetting & published
chintha publishers, thiruvananthapuram
•
cover
veecee abhilash

വിതരണം
ദേശാഭിമാനി ബുക്ക് ഹൗസ്
H O തിരുവനന്തപുരം-695 035
phone: 0471-2303026, 6063026
www.chinthapublishers.com
chinthapublishers@gmail.com

ബ്രാഞ്ചുകൾ

ഹെഡ്ഡാഫീസ് ബ്രാഞ്ച് കുന്നുകുഴി • സ്റ്റാച്യു തിരുവനന്തപുരം • കെ എസ് ആർ ടി സി ബസ് സ്റ്റേഷൻ ആലപ്പുഴ • കെ എസ് ആർ ടി സി ബസ് സ്റ്റേഷൻ എറണാകുളം • ഐ ജി റോഡ് കോഴിക്കോട് • മാവൂർ റോഡ് കോഴിക്കോട് • എൻ ജി ഒ യൂണിയൻ ബിൽഡിങ് കണ്ണൂർ • സെൻട്രൽ ബസ് ടെർമിനൽ കോംപ്ലക്സ് താവക്കര കണ്ണൂർ

CO - 2734 / 4927
ISBN - 978-93-88485-07-4

ഒറ്റയാന്റെ ഹൃദയം

കവിതകൾ

ഗിരീഷ് പുലിയൂർ

ചിന്ത പബ്ലിഷേഴ്സ്
തിരുവനന്തപുരം-695 035

ഗിരീഷ് പുലിയൂർ

തിരുവനന്തപുരം ജില്ലയിൽ, 1966 ൽ നെടുമങ്ങാട് ഉഴമലയ്ക്കൽ പുലിയൂർ സരസ്വതിവിലാസം വീട്ടിൽ ജനിച്ചു. അച്ഛൻ: പ്രശസ്ത ആയുർവേദവൈദ്യൻ എൽ ശ്രീധരൻനായർ. അമ്മ: വെള്ളനാട് വെളി യന്നൂർ അക്കരവിളാകം കൃഷ്ണപിള്ള വൈദ്യരുടെ മകൾ കെ സരസ്വ തിയമ്മ. പരുത്തിക്കുഴി ഗവൺമെന്റ് ന്യൂ എൽ പി എസ്, ഉഴമലയ്ക്കൽ എസ് എൻ എച്ച് എസ്, തിരുവനന്തപുരം മാർ ഈവാനിയോസ് കോളേജ്, യൂണിവേഴ്സിറ്റി കോളേജ് എന്നിവിടങ്ങളിൽ വിദ്യാഭ്യാസം. എം എ (ഇംഗ്ലീഷ്) വിദ്യാർത്ഥിയായിരിക്കുമ്പോൾ കലാലയകവിതയ്ക്കുവേണ്ടി യുള്ള എൻ എൻ കക്കാട് അവാർഡും കുഞ്ചുപിള്ള അവാർഡും ലഭിച്ചു. 1992 ൽ വി ടി കുമാരൻ പുരസ്കാരവും 2000 ൽ രാജരാജവർമ്മ കവി താപുരസ്കാരവും അമേരിക്കൻ വ്യൂവേഴ്സ് അവാർഡ്, അടൂർഭാസി കൾച്ചറൽ ഫോറം അവാർഡ്, പി ഭാസ്കരൻ ഫൗണ്ടേഷൻ കവിതാ അവാർഡ്, കെ പി ബ്രഹ്മാനന്ദൻ സാഹിത്യപുരസ്കാരം എന്നിവയും ലഭിച്ചു. അൻപതിലധികം സീരിയലുകൾക്ക് ശീർഷകഗാനങ്ങൾ എഴുതി. ധാരാളം ആൽബങ്ങൾക്കുവേണ്ടിയും പാട്ടുകളെഴുതി. ഗാനരചനയ്ക്കും ശ്രദ്ധേയമായ അംഗീകാരങ്ങൾ ലഭിച്ചിട്ടുണ്ട്. കമന്റേറ്റർ, നടൻ, പ്രഭാഷ കൻ എന്നീ നിലകളിലും പ്രശസ്തനാണ്. വിവിധ ടി വി ചാനലുകളിൽ പരിപാടികൾ അവതരിപ്പിക്കുന്നു. 'പുലിയൂർ ഹെർബൽ സെന്റർ' എന്ന സ്ഥാപനം നടത്തിവരുന്നു. *നീ വരുന്നില്ല, മാമ്പൂ മണക്കണ്, ആട് പാമ്പേ കടംകേള് പാമ്പേ, വീശിയടിക്കുക കാറ്റേ, സ്നേഹത്തിനു തെളിവുകളി ല്ല, ഈശ്വരന്റെ കാഴ്ചബംഗ്ലാവ്, കരിങ്കുയിലും കണിവെള്ളരിയും* എന്നി വയാണ് കവിതാ സമാഹാരങ്ങൾ.

ഭാര്യ : സ്മിതാ മുരളി
മകൾ : മണിക്കുട്ടി
വിലാസം : പുലിയൂർ ഹെർബൽ സെന്റർ,
യു പി I/435, പനയ്ക്കോട് (പി ഒ)
തിരുവനന്തപുരം-42
അക്ഷരകല, ജി ആർ എ 334
ഗൗരീശപട്ടം, പട്ടം പി ഒ, തിരുവനന്തപുരം-695004.
ഫോൺ : 9447388170
email : girishpuliyoor@gmail.com

ഉള്ളടക്കം

പ്രിയപ്പെട്ട വായനക്കാരേ,

1985 മുതൽ 1992 വരെ എനിക്കെഴുതാൻ സാധിച്ച കവിതകളിൽ നിന്നും തെരഞ്ഞെടുത്ത 22 കവിതകളാണ് ഈ സമാഹാരത്തിലുള്ളത്. കാലം കടന്നുപോവുന്നു. കവിതകളുടെ കെട്ടും മട്ടും മാറിക്കൊണ്ടിരിക്കുന്നു. ഇപ്പോഴും സഹൃദയസുഹൃത്തുക്കൾ ഈ കവിതകളന്വേഷിക്കുന്നുവെന്നതാണ് ഈ സമാഹാരത്തിന്റെ പ്രസക്തി. ഓരോ കവിയും തന്റേതായ പരമാവധിയിൽ സൃഷ്ടികൾ നടത്തുകയെന്നതു മാത്രമാണ് സ്വീകാര്യമായിട്ടുള്ളത്. തലമുറകൾ അതെങ്ങനെ സ്വീകരിച്ചു നിലനിർത്തുന്നുവെന്നതു കൗതുകമുള്ള കാര്യമാണ്.

കവിതാലോകത്തു നിരന്തരം പ്രവർത്തിക്കുവാനുള്ള ഊർജ്ജം എനിക്ക് തരുന്ന പ്രിയപ്പെട്ട വായനക്കാർക്കും ഈ കൃതി പ്രസിദ്ധീകരിക്കുന്ന ചിന്താപബ്ലിഷേഴ്സിനും ഞാൻ നന്ദി അറിയിക്കുന്നു.

സ്നേഹത്തോടെ,

ഗിരീഷ് പുലിയൂർ
പുലിയൂർ, ഉഴമലയ്ക്കൽ

തിരുവനന്തപുരം
20-11-2018

അവതാരിക

ഒ എൻ വി

ചെത്തിവെടിപ്പാക്കിയ മുറ്റത്ത് വീണ്ടും മുത്തങ്ങപ്പുല്ലു മുളയ്ക്കുന്നു. എങ്ങോ പുറപ്പെട്ടുപോയി എന്നു നാം കരുതിയ മുക്കുറ്റിയും കൃഷ്ണക്രാന്തിയും ചിങ്ങം പിറക്കുമ്പോൾ എങ്ങുനിന്നോ വീണ്ടും വന്നെത്തുന്നു. മലയാളകവിതയുടെ മുറ്റവും ചിലർ ചെത്തിവെടിപ്പാക്കി. മുക്കുറ്റി മുത്തങ്ങകൾക്കെല്ലാം ചരമക്കുറിപ്പുകളുമെഴുതി. കവിത ലോകത്തെവിടെയും തരിശുഭൂമിയായിരിക്കുന്നു. നിരാർദ്രതയാണ് നടപ്പുകാലത്തിന്റെ സ്വഭാവം; മൃദുലതകൾക്കു വിട! ഇനിയെല്ലാം കഠിനം, പരുഷം, തിക്തം, തിമിരം.... അങ്ങനെയൊരു വരൾച്ചക്കാലം മലയാളകവിതയിലും വന്നുപോയി. അന്നും ചില്ലയിലൊരു പൂവിടർത്തി കവിതയുടെ കൊടി താഴാതെയുണ്ടെന്നു കാട്ടിയ പൂമരങ്ങളെ പലരും ഭർത്സിച്ചു. പണ്ട് ഒരു സംഗീതജ്ഞന്റെ ജഡം സംസ്കരിക്കാൻ കൊണ്ടുപോകുന്നതു കണ്ട്, അതിനോടൊപ്പം സംഗീതത്തെക്കൂടി ആഴത്തിൽ കുഴിച്ചുമൂടാൻ കല്പിച്ച അരസികനായ ചക്രവർത്തിയുടെ അരുളപ്പാടുകൾ മലയാളത്തിന്റെ കവിതക്കളത്തിലും മാറ്റൊലിക്കൊണ്ടു!

ചങ്ങമ്പുഴയെ കുറെക്കാലം രാഹു ഗ്രസിച്ചു. രണ്ടാം ലോകമഹായുദ്ധകാലത്ത് പട്ടിണി മാറ്റാൻ പട്ടാളത്തിൽ ചേർന്നവന്റെ കീശയിലും ഗൃഹാതുരത്വത്തിനുപശാന്തിയരുളുന്ന വിശിഷ്ടൗഷധം സൂക്ഷിക്കുംപോലെ തിരുകിവച്ച ചങ്ങമ്പുഴയുടെ കൃതികൾ പുതിയ തലമുറയുടെ ശ്രദ്ധയിൽനിന്നു തന്നെ അകറ്റപ്പെട്ടു. അതെല്ലാം അനിവാര്യമായ ഋതുപരിണാമങ്ങളാണെന്ന് വ്യാഖ്യാനിക്കപ്പെട്ടു. എന്തായാലും, കവിതയ്ക്ക് മുന്നോട്ടുപോകാതെ വയ്യ! സ്വന്തം 'നട'യെ അപഹസിച്ചുകൊണ്ട് അരയന്നത്തിന്റെ 'നട' പഠിക്കാൻ പോയി തിരിച്ചുവന്ന ചാണകക്കിളിക്ക് പുതിയ നട വശപ്പെട്ടുമില്ല, സ്വന്തം നട മറന്നുംപോയി എന്ന കഥ ഇവിടെ

പ്രസക്തമായി. സ്വാഭാവികമായി നടക്കുന്ന എല്ലാ പക്ഷികളെയും നോക്കി ചാണകക്കിളി പരിഹസിച്ചുവത്രേ! കവിതയിലും ആ തമാശ യല്ലേ ഉണ്ടായത്?

എന്തായാലും, ചെത്തിയ മുറ്റത്ത് ഇതാ വീണ്ടും മുക്കുറ്റിയും കൃഷ്ണക്രാന്തിയും വന്നുനിന്നു ചിരിക്കുന്നു! ബാലചന്ദ്രന്റെയും മധു സൂദനൻനായരുടെയും ശ്രീകുമാറിന്റെയും കവിതകളിൽ മുക്കുറ്റിയുടെ അഴകും മുത്തങ്ങയുടെ ഔഷധവീര്യവുമുണ്ട്. കേട്ടു തഴമ്പിച്ചതല്ലാ, കേട്ടാലും മതിവരാത്ത താളങ്ങളാണവരുടേത്. പാടിപ്പതിഞ്ഞ രാഗങ്ങള ല്ലേയെന്നു ചോദിക്കുന്നവർക്കുള്ള മറുപടിയാണ് ആ പഴയ തമിഴ് ചൊല്ല്: "പാടപ്പാട രാഗം; മൂടമൂട രോഗം." (രാഗം പാടുന്തോറും ഏറുന്നു, രോഗം മൂടിവയ്ക്കുന്തോറും വർദ്ധിക്കുന്നു.)

എന്റെ മുന്നിൽ പഴയ പാട്ടു പാരമ്പര്യത്തിന്റെ ചില്ലയിൽ തിരിനീ ട്ടിയ ഒരുപിടിക്കവിതകളിരിക്കുന്നു. സമാനപാരമ്പര്യമുള്ള ചെറുപ്പക്കാ രായ മറ്റു കവികളിൽനിന്ന് വലിയൊരളവിൽ വ്യത്യസ്തനായി നില്ക്കാൻ കഴിയുന്നുവെന്നതും ഗിരീഷ് പുലിയൂരിനെ ശ്രദ്ധേയനാക്കുന്നു.

പാട്ടും മണിപ്രവാളവും സമാന്തര സരണികളായിരുന്ന കാലത്ത്, എഴുത്തച്ഛൻ സർവാദൃതമായ ഒരു ചാല് കീറുന്നതിനു പുറപ്പെട്ടപ്പോൾ എത്ര അളക്കലും ചൊരിയലും ആ കവിമനസ്സിൽ നടന്നിരിക്കണമെന്നത് കവിതാചരിത്രം പഠിക്കുന്നവർക്കറിയാം. അദ്ദേഹം മണിപ്രവാളത്തിൽ കൊടികുത്തിവാണ സുസംസ്കൃതപദങ്ങളെ മലയാളത്തിന്റെ പന്തിയി ലിരുത്താൻ മടിച്ചില്ല. എന്നാൽ അദ്ദേഹത്തിന്റെ ശീലുകളെന്തായിരുന്നു? താളമെന്തായിരുന്നു? മലയാളത്തിന്റെ മണ്ണിൽ പുതഞ്ഞുകിടന്നവ; മന സ്സിൽ പതിഞ്ഞുകിടന്നവ. അതുകൊണ്ട്, അംഗീകൃതശീലുകളുടെ ഒഴു ക്കിലൂടെ സുഖമായങ്ങൊഴുകിപോകുകയാണോ എഴുത്തച്ഛൻ ചെയ്തത്? എഴുത്തച്ഛൻ ആ ശീലുകളിൽ പാടിയപ്പോൾ ആ ശീലുകളിൽ എഴുത്ത ച്ഛന്റെ ആത്മാവിന്റെ ഗന്ധമല്ലേ കലർന്നത്? അവ പുതിയ ശീലുകളായി. ഏതു പഴയ ശീലിനെയും സ്വന്തം ശീലെന്നു തോന്നിക്കുമാറ്, "ക്ഷണേ ക്ഷണേ നവ"മെന്നു തോന്നിക്കുമാറ് തന്റേതാക്കാൻ കഴിയുന്നവനാണ് കവി. *കുചേലവൃത്ത*മെന്ന പ്രചുരപ്രചാരം നേടിയ കൃതിയുടെ ശീലിൽ എഴുതിപ്പോയതുകൊണ്ട് *കരുണ* ഗതാനുഗതികത്വത്തിന്റെ മാപ്പുസാക്ഷി യായോ? ഇല്ലെന്നു മാത്രമല്ല, *കരുണ*യിലെ നതോന്നതയിൽ ആശാന്റെ ആത്മതാളത്തിന്റെ സൂക്ഷ്മസ്പന്ദനവുമുണ്ട്.

ഗിരീഷ് പുതിയ തലമുറയിലെ കവിയാണ്. അതുകൊണ്ട് പഴയ ശീലുകളെയും വായ്ത്താരികളെയും "ദൂരത: പരിവർജ്ജയേൽ" എന്ന നയം സ്വീകരിച്ചുകൊള്ളണമെന്നില്ല. തന്റെ പൂർവ്വികരിൽനിന്നു സമാർ ജ്ജിച്ച ആ നാടോടിപ്പാരമ്പര്യം വലിച്ചെറിയാൻ കൂട്ടാക്കിയില്ലെന്നതാണ് പ്രധാനം. ഗിരീഷിന്റെ കവിതയുടെ ഊർജ്ജമാണത്. ഗ്രാമത്തിൽനിന്നും നഗരത്തിൽ കുടിയേറിയാലും, ഒരു പാതിരായ്ക്ക് തന്റെ ഗ്രാമത്തിൽ വീണ്ടും വന്നെത്തുമ്പോൾ, വിളക്കണഞ്ഞ വീടു കണ്ടസ്വസ്ഥനാവുന്നത്,

ആ പാരമ്പര്യം ഉള്ളിലൊരു കെടാവിളക്കിനാവശ്യമായ എണ്ണയും തിരിയും തീയും കരുതിവച്ചിരിക്കുന്നതുകൊണ്ടാണ്.

"നീയുറങ്ങിയ പാട്ടുകളിൽ തീ പടർത്തിയതാരോ?
നീ വളർത്തിയ നീലമുല്ലക്കാടു വെട്ടിയതാരോ?
പാതിരാക്കിളിയേ കിളിവാതിൽ നീ തുറക്കെടിയേ!"

ഈ 'പാതിരാച്ചിന്ത്' പാടാൻ, പാരമ്പര്യം ഊർജ്ജം പകർന്ന ഒരാധുനികമനസ്സിനേ കഴിയൂ.

"കണിയുണരും കൊന്നകളിൽ കോമരങ്ങളാർത്തു
കാത്തിരുന്ന കൈവഴിയിൽ കാട്ടെരിക്ക് പൂത്തു
കണ്ണടച്ചു കതകടയ്ക്കാതൊടുവിൽ നീയുറങ്ങി
പതറിയ പൂക്കൈതകളിൽ പുലരിവന്നിറങ്ങി."

ഈ ഈരടികളിലെ ലളിതമായ വാച്യാർത്ഥത്തിനപ്പുറത്താണ് കവിതയുടെ അന്തർഗതഭാവമെന്നും അതാണിതിന്റെ കൂടുതൽ പ്രസക്തമായ ഉപപാഠമെന്നും മനസ്സിലാകുമ്പോൾ നാമാഹ്ലാദിക്കുന്നു.

'മരണ'ത്തെപ്പറ്റിയുള്ള കവിതകൾ പലതുമുണ്ട് മറക്കാനാവാത്തതായി. മരണം വെറും ബാഹ്യപടമൂരിക്കളയലാണോ? വേളിയാണോ? പുഴ കടന്നജ്ഞാതതീരത്തേക്കു പോകലാണോ? ജീവിതവാക്യത്തിന്റെ വിരാമതിലകമാണോ? മുക്തിയാണോ? 'ഭസ്മാന്ത'മാണോ? എന്താണെന്നു നിർണ്ണയിക്കാനാവാത്ത അവ്യക്തതയാണ് മരണത്തെപ്പറ്റിയുള്ള ഇത്തരം ചിന്തകളെ മധുരമാക്കുന്നത്. ഗിരീഷ് തന്റെ നാടൻശൈലിയിൽ മരണത്തോടു ചോദിക്കുന്നു:

"ആരുടെ തെറ്റാടിയിൽ നിന്നാ-
ണെറിയും കല്ലുപോലെ
പൂക്കളറുക്കുന്നുനീ!"

മൗലികതയുള്ള സങ്കല്പങ്ങൾ നാമിവിടെ കാണുന്നു.

"നീ വിളക്കണച്ച കൊടുങ്കാറ്റുപോലെ
നീ അണമുറിച്ച മഹാമാരിപോലെ"

എന്നീ സദൃശോക്തികൾക്കപ്പുറം കടന്ന്, "വിത്തുകൂടിത്തിന്നുപോണ വറുതിപോലെ" എന്നുപറയുമ്പോൾ ആ ഗ്രാമ്യോക്തി അപൂർവ്വചാരുതകൊണ്ട് നമ്മെ ആഹ്ലാദിപ്പിക്കുന്നു. ഒടുവിൽ മരണത്തെ 'മല തുരക്കുന്ന കാട്ടെലി'യായി കാണുമ്പോൾ, മലയോ എലിയോ വലുത് എന്നു നാം ആലോചിച്ചുപോകുന്നു. എലി തുരന്നുകൊണ്ടേയിരിക്കുന്നു എന്നതു സത്യം. എന്നാൽ എത്ര എലി തുരന്നാലും മലയെത്ര വലുത്? എന്നും അടുത്ത ക്ഷണം തോന്നുന്നു.

"ഹാ! വിജിഗീഷു മൃത്യുവിന്നാമോ
ജീവിതത്തിൻ കൊടിപ്പടം താഴ്ത്താൻ?"

എന്ന 'കന്നിക്കൊയ്ത്തു'കാരന്റെ ചോദ്യത്തോടതു ചേർന്നുനില്ക്കുകയും ചെയ്യുമ്പോൾ നമുക്ക് സന്തോഷം. ഇന്നലെയുടെ പന്തമേറ്റു

വാങ്ങാൻ ഈ കവിയുടെ കരങ്ങൾക്ക് കൂടുതൽ കൂടുതൽ കഴിവുണ്ടാകട്ടെ.

"പണ്ടേ പാടിയ പാട്ടിൻ തുണ്ടുകൾ കൊണ്ട്" പ്രകൃതിക്ക് ഹാരമൊരുക്കുകയാണ് താനെന്ന അവബോധം ഈ കവിക്കുണ്ട്. ആ തുണ്ടുകളെ ബലമുള്ള ചരടിൽ കോർത്തിണക്കാനും പുതിയ മാല്യശോഭ കൈവരുത്താനും കഴിയുമെന്നു തെളിയിക്കുന്ന കവിതകളാണിതിലുള്ളത്. താൻ 'പരമാർത്ഥം പാടുന്ന' 'പണ്ടാര'നാണെന്നും കവി പറയുന്നു.

പഴയ പാണന്റെയും പണ്ടാരന്റെയും പാരമ്പര്യക്കരുത്തുള്ള ഈ പുതിയ കവിയുടെ ഹൃദയത്തിന്റെ 'സാക്ഷിപത്ര'ങ്ങളായ ഏതാനും കവിതകൾ ഇതാ നിങ്ങളുടെ മുന്നിൽ. എന്റെ കൊച്ചുവർത്തമാനം ഇവിടെ നിർത്തുന്നു. ഗിരീഷിന്റെ ശബ്ദം താരസ്വരത്തിൽ ഇനിയും കേൾക്കാൻ കാത്തിരിക്കുന്നു.

ഇന്ദീവരം
തിരുവനന്തപുരം
26.6.1993

ഒറ്റക്കിനാവ്

ഏതിരവിൻ നീലിമയിൽ നീറിനിന്നൂ നീ
ഏതിരുട്ടിൻ കൊടുമുടിയിൽ കുടിയിരുന്നൂ നീ
വേങ്കുഴലിൽ പാട്ടെരിഞ്ഞ പാതിരാവത്ത്
ഒറ്റമുകിൽപോലെനിന്നതേതു കിനാവോ
എന്നെമാത്രം തേടിവന്നതേതു നിലാവോ!

ഏങ്ങലടിച്ചലറിയ പൂങ്കാവുകളും പറവകളും
ഏലേലം പാടിയ നീരരുവികളുടെ നാവുകളും
ഉച്ചവെയിൽത്തീയുരുകിയ പച്ചനെല്ലിൻ പാട്ടുകളും
കണ്ണുനട്ടു കാത്തുനിന്നതാരുടെ വരവോ
വിണ്ണോളം പൂത്തുലഞ്ഞതാരുടെ നിറവോ!

നീലമുളങ്കാടുലഞ്ഞേ നീ നിറന്നല്ലോ
കൈതോലക്കൈകുടഞ്ഞേ നീ ചിരിച്ചല്ലോ
കരിനാഗക്കണ്ണെറിഞ്ഞേ നീ വിളിച്ചല്ലോ
കുളക്കോഴിക്കുരവകേട്ടേ നീ രമിച്ചല്ലോ
ഓർമ്മകളിൽ നീറിനിൽപ്പതാരുടെ മണമോ
നെഞ്ചെരിയും തീ കെടുത്താനേതു കണ്ണീരോ!

തേക്കുപാട്ടിൻ തേരുരുണ്ട ഞാറ്റടിക്കരയിൽ
കാറ്റുവന്നൂ കൂട്ടുകൂടാൻ കറുത്തകണ്ണാളേ
ഒറ്റതിരിഞ്ഞേതു കോണിൽ നീ മറഞ്ഞേ പോയ്
മടവവക്കിൽ കൊറ്റിപോലെ കാത്തിരിപ്പൂ ഞാൻ

14 ഒറ്റയാന്റെ ഹൃദയം

ഗിരീഷ് പുലിയൂർ

കരിക്കലപ്പക്കഴുത്തിനുള്ളിൽ കൊരുത്തൂ കൗമാരം
കറുത്തമണ്ണിൻ കരുത്തുകൊണ്ടേ പുതച്ചു പുന്നാരം
വിളവെടുക്കാൻ നീ വരില്ലേ വിത്തെറിഞ്ഞോളേ
നിറപറകൾ പൊലിപൊലിഞ്ഞേ പുലരണം നമ്മൾ.

1987

കരിന്തിരി കാണുമ്പോൾ

കുണ്ടിലിറങ്ങിയ ഭൂതത്താനൊരു
കുന്നുകുലുക്കി വരുന്നുണ്ടേ
കൊമ്പിലൊ'രമ്പടവമ്പ്' കൊരുത്തൊരു
കൊമ്പനിറങ്ങി വരുന്നുണ്ടേ
പാടത്തൂടെച്ചോരമണക്കും
പട്ടുപുതച്ച കരിങ്കാലൻ
അന്തിനെരിപ്പോടെരിയും കണ്ണിൽ
പട്ടടകൂട്ടി വരുന്നുണ്ടേ.

ഇടയ്ക്കുപാടിയൊരുറക്കുപാട്ടിലൊ-
രുണർത്തുതാളമുയിർത്തപ്പോൾ
കിങ്ങിണികെട്ടിയ കുഞ്ഞിക്കാലുകൾ
കടിച്ചുതുപ്പീ വേതാളം.
അണ്ഡകടാഹമൊരൊറ്റത്തേറ്റ-
ത്തുമ്പിലെടുത്തൂ വേതാളം
അടുത്ത ചുവടൊന്നമർത്തിവച്ചാൽ
നാടൊരു നരകപ്പാതാളം!

നിനക്കൊരോണപ്പാട്ടിന്നീണം-
നിറഞ്ഞുനിന്ന നിലാവല്ലീ
എരിഞ്ഞുകത്താനെണ്ണ വരണ്ടേ-
കരിഞ്ഞൊരെന്നുടെ കടമിഴികൾ
കറുത്തകടലിൻ കയത്തിൽ മുങ്ങി-
ക്കഴുത്തൊടിഞ്ഞ കിടാത്തൻ ഞാൻ

16 ഒറ്റയാന്റെ ഹൃദയം

ഗിരീഷ് പുലിയൂർ

കന്നിനിലാവൊരു കനലായപ്പോൾ
'കറുപ്പ്' തന്നു ചെകുത്താന്മാർ

തുടുത്ത കവിളാണിവർക്കു ചുമ്മാ
ചവച്ചു തുപ്പാൻ താംബൂലം
എനിക്കുവേണ്ടതൊ'രിടയ്ക്ക'മാത്രം
തനിച്ചുപാടും പുള്ളുവരേ.

വിയോഗനവകം

പാതാളങ്ങളിലാളൊഴിഞ്ഞു, പതറും
തീനാളമെങ്ങോ മറ-
ഞ്ഞെന്നും നാടകജീവിതത്തിലിരുളിൻ-
പ്രേതങ്ങളാടുന്നുവോ!
നെഞ്ചം തല്ലിവിളിക്കയാണലറുമി-
ക്കാടും കടൽത്തീരവും
കൊഞ്ചിക്കും മദമുദ്രയോടിവിടെയും
വഞ്ചിക്കുവാൻ വന്നു നീ

വറ്റീവാരൊളി, കെട്ടുപോയി ഭുവനം
ഭഗ്നം നവോന്മേഷവും
തെറ്റീ താളസമുച്ചയം, വഴിപിണ-
ഞ്ഞീടും മഹാഘോഷവും
ഒറ്റയ്ക്കൊന്നു മയങ്ങുവാൻ കഴിയുകി-
ല്ലെത്തും കിനാവിൽ സ്വയം
വറ്റാതുള്ള വിഷാദവും ദുരിതവും
ബീഭത്സഹസ്തങ്ങളും

നക്ഷത്രങ്ങളുമായടുക്കലണയും
പ്രക്ഷുബ്ധയാരാണിവൾ?
വർഷിക്കും മദഹാസവും, പലനിറം-
കാട്ടുന്ന ഭാവങ്ങളും
രക്തം വാറ്റിടുമഗ്നിദാഹരതിയാൽ-

തുള്ളും കപാലങ്ങളും
ഹർഷിക്കുന്ന വിലാസവും, ചുടലകൾ-
ഭക്ഷിച്ച പൈദാഹവും!

കാളും കിങ്ങിണികെട്ടിയാടി, യലറും-
വേതാളജിഹ്വാഞ്ചലം
താലിപ്പൂവിലൊളിച്ചുകൊണ്ടിവിടെയി-
ന്നാരൊക്കെ വന്നെങ്കിലും
കൈനീട്ടിപ്പുണരുന്നു നീ, ഞൊടിയിലെൻ-
കൈവെള്ളമേൽ നിന്നുമ-
സ്സൗഭാഗ്യത്തിരുരേഖമാ,ഞ്ഞുടനെ ഞാൻ
*കൂമന്നുകൂട്ടായിതേ!

എന്താണിങ്ങനെ നീ വരുന്നതിടയും
ചോരക്കരിങ്കാളിയായ്
അന്തഃപ്രേരിതരുദ്രയായി, വിറയാർ-
ന്നാടും കരിഞ്ചാത്തിയായ്
തീയാളും ഹരിതാരവങ്ങളൊഴിയും
നീളും മഹായാനമാ-
ണിന്നാദിത്യനണഞ്ഞിടാതെയിരുളാൽ
മൂടുന്നതാം ജീവിതം

നിർന്നിദ്രം തുടരുന്നു നിന്റെ നടനം
ശൃംഗാരസന്തപ്തയാം-
കന്നിത്താരമുലഞ്ഞെറിഞ്ഞുകുതറും-
വാക്കിന്റെ തീത്തുള്ളികൾ
ഭൂതാകാരമെടുത്തവൾ മുടിയഴി-
ഞ്ഞാടിത്തിമിർക്കുന്നുവോ
നീരാടുന്ന നിലാവിനെപ്പുണരുവാൻ
നീരാളിയെത്തുന്നുവോ!

നിന്നെക്കണ്ടതുതൊട്ടു ഞാനലസനായ്
വല്ലാതെ വിഭ്രാന്തനായ്
മണ്ണും വിണ്ണുമലഞ്ഞു ഞാൻ കപടരാൽ
കല്ലേറുകൊള്ളുന്നു ഞാൻ,
കാടത്തങ്ങളിലാണ്ടു കാലിടറവേ
നീറും നെരിപ്പോടുമായ്

ഓടിച്ചെന്നിവനമ്മയാം മഹിതസാ-
യുജ്യം ലഭിച്ചീടുവാൻ

നേരം പോയതറിഞ്ഞതില്ല, പലതും-
കാണേണ്ടിവന്നെങ്കിലും
തീരംതേടി നടന്നുഞാൻ, പലമുഖം-
കാണിച്ചുശീലിച്ചു ഞാൻ
പോകാമീവഴി പിന്നെയും കനലെരി-
ഞ്ഞീടും കൊടുംവേനലാൽ-
പാദംപൊള്ളിയൊരോർമ്മയായ്, പുകമറ-
ക്കൊമ്പത്തു കൂടേറുവാൻ

തേങ്ങുന്നൂ ഹൃദയം തനിച്ചു പലതും-
പാടും നിശാവേളയിൽ
തേടുന്നൂ മരണം വരുന്ന വഴികൾ-
നീട്ടും വനജ്യോത്സ്നകൾ
കണ്ണീരാറു കടന്നു ഞാൻ സരയുവാം-
കണ്ണാടി നോക്കീടവേ
നെഞ്ചോടൊട്ടിയ ചിന്തകൾക്കു നടുവിൽ
ചെന്തീമുഖം കണ്ടു ഞാൻ!

---

* കൂമൻ = ദുശ്ശകുനത്തിന്റെയും ഇരുട്ടിന്റെയും പക്ഷി

ആയിരവില്ലി[1]

കാഞ്ഞിരംപാറ വാഴുന്നായിരവില്ലി
കാമകോപങ്ങൾ തീർക്കുന്നായിരവില്ലി
    കഷ്ടകാലം വരുമ്പോൾ
    കഷ്ടതയെ നിഗ്രഹിച്ചും
    നല്ലകാലം വരുമ്പോൾ
    നല്ലതെല്ലാം സംഭരിച്ചും
തമ്പുരാൻപാറ വാഴുന്നായിരവില്ലി
തുമ്പംതൊലച്ചുവാഴുന്നായിരവില്ലി

പാടത്ത്, പടനിലത്ത്
പതറിയ തീപ്പന്തങ്ങൾ
തണ്ടൊടിഞ്ഞ താമരയിൽ
തലതല്ലും ദൈവങ്ങൾ
വെള്ളിക്കുരുത്തോലകെട്ടി
തുള്ളിടും ചിലമ്പുകെട്ടി
പള്ളിയിരുത്താൻ പട്ടു-
പന്തല്കെട്ടി, നാട്ടിൽ
പള്ളിയെഴുന്നള്ളത്തിന്നൊരു
[2]ചപ്രവും കെട്ടി

കാണാൻ കഴിയാതമരും
കലികാലപ്പെരുമാളേ
കായാമ്പൂമിഴിനിറയെ-
ക്കനൽ കോരും കാരണോരേ
കയ്യിലുടവാളെടുത്ത്
വടിച്ചൂരലും പിടിച്ച്
ചങ്ങലവലിച്ചെഴച്ച്
ചന്തത്തിൽ നടവച്ച്
കുലവാഴക്കൂമ്പൊടിക്കു-
ന്നായിരവില്ലി
കുലമെല്ലാം കാത്തരുളു-
ന്നായിരവില്ലി

പുന്നമരത്തണലില്ല
പൂവണിയും പൊരുളില്ല
കന്നിവെയിൽക്കതിരില്ല
കളിപറയുന്നവരില്ല
തലചായ്ക്കാനത്താണി-
ക്കയ്യുകളില്ലാ, കാലി-
ന്നഴലൊഴിയാൻ നല്ലവഴി-
ത്താരകളില്ലാ, വലയും-
ചിന്തകളിൽ കണ്ണീരി-[3]
ന്നുറവകളില്ല

ജീവിതം നരകയാതന-
ദ്രവം കുടിച്ചു, കൺ-
തടങ്ങളിൽ നിലാവു പെയ്-
തൊഴിഞ്ഞ രാത്രിയെത്തവേ
മാറിടം മാന്തി മാന്തി-
യൊള്ള ചോരയൊക്കെയും-
വടിഞ്ഞു, വീർപ്പടങ്ങി ദുരിത
സംഗരം നിലയ്ക്കവേ
ചതിയൻ കാറ്റുവരും
വഴിയിലിന്നൊരവമതി-
ക്കളത്തിലെന്നപോലെ ജന്മ-

22 ഒറ്റയാന്റെ ഹൃദയം

ഗിരീഷ് പുലിയൂർ

നാടകം കളിക്കവേ
കാവലാളായിവിടം
കാത്തുകൊള്ളണം, നിഴലിൻ-
മേടുകളിൽ മേഞ്ഞിടും കു-
ഞ്ഞാടുകളെപ്പോറ്റണം

പന്നിയും ചെന്നായകളും
വന്നു വിളവെടുക്കരുത്
നല്ല നിലാവിന്റെയിളം-
മുളകളെക്കരിക്കരുത്
കണ്ണിലും കനവിലും കിട-
ന്നമറും വേദനകൾ
സകലവയും സംഹരിക്കാ-
നെതിരുനില്ക്കരുത്
വലിയവയലിലൊരുനാളും
മടവീഴരുത്, മുറ്റ-
ത്തുലയും തൈത്തെങ്ങുകളുടെ
തലയൊടിയരുത്.

വേപ്പും വെറ്റിലയും വി-
റ്റൊരുനാളും തിന്നരുത്
വാക്കും ചതിലാക്കും കൊ-
ണ്ടാളുകളെക്കൊല്ലരുത്
നാക്കുള്ളവർ പറയുന്നത്
പഴുതായിക്കാണരുത്
നട്ടെല്ലുവളച്ചിവിടം
നടക്കൊള്ളരുത്, നിന്റെ
തണലത്താണരുമാന്ത-[4]
പ്പിള്ളരുറങ്ങീ,യകിടി-
ന്നണയത്തു കടിഞ്ഞൂലിൻ-
ദാഹമടങ്ങി

കടലിൽനിന്നുപൊങ്ങി-
ക്കരകൊണ്ടൊരുനാടല്ലേ
കരടികളോടൊത്തിടഞ്ഞു
കുതികൊള്ളും വീടല്ലേ
കളിയും ചിരിയുമായി-

ക്കഴിയുമ്പോളിടിവെട്ടിൻ-
വടിവാളാലുയിരറ്റൊരു
ജനതതിയല്ലേ, നിന്റെ
കടമിഴിയുടെ കാരുണ്യം
കൊണ്ടുതരില്ലേ

മഞ്ഞുറയും മകരത്തിൽ
മലകാക്കുന്നവളല്ലീ
നിലവിളിയും കൊലവിളിയും
കണ്ടറിയുന്നവളല്ലീ
കൊല്ലാക്കൊല ചെയ്യല്ലേ
കൊരല്പറിച്ചലറല്ലേ
മുച്ചൂടും മുടിക്കല്ലേ
മുടിയാനായ് ശപിക്കല്ലേ
മുഴുനീളൻ വഴിനീളെ-
ത്തോരണം കെട്ടീ, ഞങ്ങൾ
മഴയത്തും വെയിലത്തും
കയ്യുകൾ കൊട്ടി

അടകെടക്കും 'കരിമ്പെട'[5]യൊ-
ന്നുയിരോടെ കണിവയ്ക്കാം
കണ്ണൻപഴവും കരിക്കും
മലരും നടയിൽ വയ്ക്കാം
തൊടല് കുലുക്കരുതെന്നെ-
ത്തുറുകണ്ണാൽ നോക്കല്ലേ
തലയിലെരിഞ്ഞുരുകും തീ-
ക്കൊള്ളികൊണ്ടു കുത്തരുതേ
കരയാനും പിഴിയാനും
ഞങ്ങളേയുള്ളൂ, നിന്നെ-
പട്ടെടുത്തു പുതപ്പിക്കാൻ
ഞങ്ങളേയുള്ളൂ

വരുമൊരു നൂറ്റാണ്ടിന്റെ കരി-
ന്തേറ്റകളുടെ കീഴിൽ-
തളരും തളിരുകളായി-
ത്തലമുറകൾ താഴുമ്പോൾ
പറയാനരുതാത്തവയാം

24 ഒറ്റയാന്റെ ഹൃദയം

ഗിരീഷ് പുലിയൂർ

പകിടകളിപ്പെരുക്കുമ്പോൾ
പണ്ടു പറഞ്ഞതുകൊണ്ടൊരു
പിഴപറ്റരുതേ, യിവിടം-
നിന്റ ചുടുഞ്ചോരകൊണ്ട്
ചെളികെട്ടരുതേ, നിന്റെ
യെല്ലെടുത്ത് കൊടിനാട്ടാ-
നിടയാക്കരുതേ...

---

1. വിളകാക്കുന്ന മലദേവതയാണായിരവില്ലി. ഉദാത്തമായ ഒരു നേതൃസങ്കല്പവും ഇതിലന്വേഷിക്കേണ്ടതുണ്ട്.
2. ചപ്രം = സപ്രമഞ്ചം; അലങ്കാരക്കട്ടിൽ
3. കാരുണ്യത്തിന്റെ കണ്ണുനീർ
4. അരുമാന്ത = നിഷ്കളങ്കരായ
5. കരിമ്പെട = കറുത്ത പിടക്കോഴി, മലദൈവങ്ങൾക്കിഷ്ടമുള്ള നേർച്ചകളിലൊന്ന്.

വിഷമവൃത്താന്തം

കാരിയും പുകയും മൂടിയ മാനം
ചോരയിറയ്ക്കും നക്ഷത്രങ്ങൾ
മേടം വന്നതറിഞ്ഞില്ലല്ലോ.

മീനച്ചുടുവെയിലല്ലമുരുക്കി-
യുരുക്കിൻ നാഡിയിലൂടെയിറക്കി-
ത്തെരുവുകൾതോറും തെണ്ടിവരുമ്പോൾ
കൊന്നപ്പൂവുകളിളകും മഞ്ഞയി-
ലൊരുവനുമറ്റൊരുവൻതുണതാനെ-
ന്നരുളിമറഞ്ഞ മഹാപുരുഷാരം
*ശിവസംഭൂതഗണങ്ങളൊരുക്കും
വഴികളിലൂടെ വരുന്നൂ, വിശ്വവി-
ലാസം കണികണ്ടുണരും വിഷുവം
കാലമുടക്കിയ കണ്ണുകളിൽ തര-
മോടെ തടുക്കും താരുണ്യത്തിൻ
നടനമദാലസമായ വെളിച്ചം
തിരുവുടലിൽ തിറമോടെ തിമിർക്കും-
കാമം, കാൽത്തളകൈവളമേളം
നാഗം ചുറ്റിയ നാദശതങ്ങൾ!

എന്റെ വിഷുക്കണിയോട്ടോറിക്ഷകൾ
അന്നം മുട്ടിയ ഭിക്ഷാംദേഹികൾ

എല്ലുമെലുമ്പും ഭക്ഷിക്കുന്നവർ
തട്ടുകടയ്ക്കൊരു വട്ടം കൂടിന-
വീനതതങ്ങളിലന്വേഷിപ്പവർ
ആയുധപാണികൾ, മുതലകൾ, നരികൾ.
കണ്ടുമടുത്തവർ, കൂനും കുന്നായ്-
മകളും മാത്രം കൈവശമുള്ളവർ
ഊശാന്താടിക,ളുദരംഭരികൾ
ശൂലകപാലകടുന്തുടി രവവും
ചിതറിയചോറും തെങ്ങെരിനീരും
കുരലുപറിച്ചു കുടിക്കും നിണവും

കൂരിരുളിൽ ശിവമരുളുമൊരമ്പിളി-
പോലെ വരുന്നൂ വീണ്ടും വിഷുവം
തിരുജടഫണിഗളഗരിമകളാടി!
കാലംമാറീ, യാന്ത്രികനാഗരി-
കോത്ഭവഭാവം കൂടുതലായെ-
ന്നാലും നിറപറനെയ്ത്തിരിവേണം
പണ്ടിവിടുത്തെ മനുഷ്യരിലാരോ
കൊണ്ടുകൊടുത്തൊരു കണിവെള്ളരിയാ-
യെന്റെ പുരാതന പുണ്യചരിത്രം.

ഉള്ളവിളക്കുകളൂതിയണച്ചി-
ട്ടെങ്ങനെ പാടും, കഥകളിയാട്ടം-
കണ്ടുപഠിക്കാതെങ്ങനെയാടും?

---

* കൊന്നമാല തിരുജടയിൽ ചൂടുന്ന മൂർത്തിയാണ് ശിവൻ

പാതിരാച്ചിന്ത്

നീയുറങ്ങിയ പാട്ടുകളിൽ തീ പടർത്തിയതാരോ
നീ വളർത്തിയ നീലമുല്ലക്കാടു വെട്ടിയതാരോ
പാതിരാക്കിളിയേ കിളിവാതിൽ നീ തുറക്കെടിയേ.

അമ്പലപ്പറമ്പൊരുത്സവം കഴിഞ്ഞുറങ്ങി
ആനയുമമ്പാരിയും അരങ്ങുവിട്ടിറങ്ങി
കാവടികൾ തേടിമുളങ്കാടുകൾ നിന്നാടി
നാഗരെഴും നാട്ടുവഴിയിൽ നമ്മളൊന്നിച്ചായി
കണ്ണിമയിൽ നിന്നുടലിൻ മഴമയിലിന്നാട്ടം
തെക്കുനിന്നും തുള്ളിവന്നു തേരുവിളക്കോട്ടം.

ഏതിടവപ്പാതികളാണിടവഴിയിൽ നിന്നു
വാക്കുകൾക്കുമപ്പുറത്തു വാതിൽ നീ തുറന്നു
എന്തിനെന്നുമേതിനെന്നും നമ്മളറിഞ്ഞില്ല
വെന്തുരുകും വേദനയിൽ നേരമറിഞ്ഞില്ല
പാട്ടുനിർത്തിപ്പടിയിറങ്ങി കൂട്ടുകാർ പിരിഞ്ഞു
നെഞ്ചുലഞ്ഞു നിർവൃതിയിൽ നീ കിടന്നെരിഞ്ഞു
പൂന്തൊടിയിൽ പൂത്തുലഞ്ഞ പുതുമഴതൻ പൂരം
പന്തലിച്ച കൂരിരുളിൻ തിരയിളകുന്നേരം.

ഏതുവയൽപ്പാട്ടിലാണന്നിടിമുഴക്കം കേട്ടു
കാതടച്ചുകടലലറും കാലമാണെന്നോർത്തു
കണിയുണരും കൊന്നകളിൽ കോമരങ്ങളാർത്തു

28 ഒറ്റയാന്റെ ഹൃദയം

ഗിരീഷ് പുലിയൂർ

കാത്തിരുന്ന കൈവഴിയിൽ കാട്ടെരിക്കു പൂത്തു
കണ്ണടച്ചു കതകടയ്ക്കാതൊടുവിൽ നീയുറങ്ങി
പതറിയ പൂങ്കൈതകളിൽ പുലരി വന്നിറങ്ങി
പലപകലും പങ്കുവച്ച പടവുകൾ മറന്നോ?
തലപുകയും തെങ്ങുകളിൽ തണലുകൾ മറഞ്ഞോ?
പാതിരാക്കിളിയേ കിളിവാതിൽ നീ തുറക്കെടിയേ

മാറാട്ടം[1]

ഒന്ന്

കമു[2]വിരിപ്പൂങ്കുലതിരുകിയ
മുടിയഴിഞ്ഞുലഞ്ഞാടണ്
കറുത്തവാവെന്നും വെളുത്തവാവെന്നും
കണക്കുനോക്കാത്തകള്ളി!

കരിമലയിൽ കുറുനരികൂവി-
ക്കുരവയിട്ടിടുന്നേരം
കുളക്കരയിൽ കൊളക്കൂരച്ചാര്[3]
കൊടമടിച്ചിടുന്നേരം
ഏതുകുന്നിൽകുടിയിറങ്ങിയി-
ന്നേതുകൂരയിൽ കുരുതിമോന്തുവാൻ
ഇരുളുതുന്നിയ ചിറകിളക്കി നി-
ന്നുറഞ്ഞുതുള്ളണ് കള്ളി

പാതിരാത്രിയിൽ പാലപൂത്തു-
മണം ചുരന്നിടുന്നേരം
കേവലമൊരു തളിരിലയും
ചലനമറ്റിടുന്നേരം
കാലമിട്ട കറുത്തജാലക-
ശ്ശീലചീന്തിയെറിഞ്ഞി-

ന്നേതു പിച്ചകമാലയിട്ടു-
നിറഞ്ഞുതുളളണ് കള്ളി

കദളിവാഴകൈയിളക്കി
'ഇങ്ങുവാ...'യെന്നോതി
കരിയിലയിൽ കാലനക്കി-
'ക്കള്ളനാ...'ണെന്നോതി
കൊഴുകൊഴുത്ത മുടിമറയ്ക്കും
മുതുകിലുള്ള പോട്ടിനക-
ത്തരികെവരും കൊതിയനുമായ്
മനമറയണ് കള്ളി

മൂന്നുകൂടിയമുക്കിൽ, മുടി-
യുടക്കറുക്കുന്നേരം
പണികഴിഞ്ഞവർ പരവശരായ്
തിരികെവരുന്നേരം
ഏതുവെറ്റിലക്കൊടിയിൽനിന്നൊരു
തളിരുനുള്ളിയകോളുമായി
കൂടെനടന്നാവിപാറും
ചോര തുപ്പണ് കള്ളി

ആറ്റുവക്കിൽ പൂത്തുനില്ക്കു-
ന്നേഴുതാഴമ്പൂവും
അടിവയറ്റിൽ തുടിതുടിക്കും
കുഞ്ഞുകരൾപ്പൂവും
ഒരു കണക്കെടുത്തുചൂടും
കനിവെഴാത്ത കഞ്ചി[4]യായി-
ക്കരിമിഴിയാൾക്കുള്ളിലിന്നു-
മിരുന്നുവാഴണ് കള്ളി.

പൂമരത്തിൻ തണലുപറ്റി-
പ്പുല്ലുമേഞ്ഞുനില്ക്കെ
കൂത്താടും കന്നുമുട്ടി-
'ക്കുടുകുടാ...' കുടിക്കെ

പൂതിയേറിപ്പൂവാലി-
പ്പയ്യറിയാതമ്പേ
മുട്ടുകുത്തിയകിടുമുട്ടി-
ക്കട്ടുമോന്തണ് കള്ളി.

കൂട്ടിനാരുമില്ലാതെ
കുളിക്കുവാനിറങ്ങും
[5]കന്നിയഴിയാത്ത പെണ്ണിൻ
കടമിഴികൾ ചൂരും[6]
പൂവണിയാതടിമുടി ചൂ-
ടേറിവാടിവീഴാൻ
കമനികണ്ട കനവുകളുടെ
കടമുറിക്കണ് കള്ളി

നീലവാനത്തെരിപൊരിചെ-
ന്തീപനാളം നീട്ടി
വറുതിനക്കിയ വയലുതോറും
മാരിവാരിക്കോരി[7]
നിറനിറയും വിളവു കൊയ്യും
കനവുണരും കണ്ണുകളിൽ
കതിരുകാണാപ്പറവയായി-
പ്പറന്നുതുള്ളണ് കള്ളി

പാറിവരും കരിവണ്ടിൻ
ചിറകുകളിൽ തൂങ്ങി
കൂമ്പാളക്കൊട്ടാര-
'ക്കോവണി'യിലിറങ്ങി
കട്ടുറുമ്പ് 'ഗാട്ടു' നില്ക്കും
മണിയറയിൽ കരിനാഗ-
ക്കയറു പിരിച്ചൂഞ്ഞാലി-
ട്ടാടിപ്പാടണ് കള്ളി

അമ്പടിയേ നിന്റെ തേറ്റ-
യമ്പിളിക്കലയാണേ
പറപറക്കും മുകിലെടി നി-

ന്നംബരത്തുമ്പാണേ
കണ്ണിറുക്കും നക്ഷത്ര-
ക്കുന്നിമാല കുതികുതിക്കെ
കുന്നുകൊങ്കക്കുടിയിളക്കി-
ക്കൊഴഞ്ഞുതുള്ളണ് കള്ളി

രണ്ട്
ചുടലമാന്തി,ച്ചുട്ടുപൊള്ളും
ചൂടുചാമ്പലരിച്ചു വാരി-
പ്പട്ടുനില്ക്കും തെങ്ങുകളുടെ
തോപ്പുതോറും തുള്ളെടിയേ
[8]തട്ടുപന്തൽത്തൂണിലിട്ടൊരു
പട്ടുതൊങ്ങലെടുത്തു, കീറ-
ത്തറ്റുടുത്തു കിടപ്പവർക്കുട-
യാടഞൊറിഞ്ഞാടടിയേ
ഒരു ചുവടിൽ പാതാളം
ഇരു ചുവടിൽ ഭൂഗോളം
മുച്ചുവടിൽ, മുക്കുതോറും
[9]മുക്കുമുട്ടംമൂട്ടി മുടി-
ഞ്ഞടിവാരക്കല്ലിളകിയ
മടിയന്റെയടിയളന്നേ
മുടിയുമളന്നാടടിയേ

ഇല്ലയെന്നൊന്നില്ലാതെ
ഉള്ളതൊന്നുമൊഴിയാതെ
നാളാലേ പൊല്ലവരും
നല്ലവരുടെ വഴിയാലെ
നാലുനിലപ്പന്തലിലും
ഓലമേഞ്ഞകൂരയിലും
കൂടെയാടാൻ കുരവയിടാ-
നൊന്നിനൊന്നു പിന്നാലേ
നിരനിരന്നിന്നാടടിയേ

കണ്ണിനെല്ലാം കണിയായി
കാതിനു തേനൊലിയായി

കണ്ണീരിൻ കാളിയന്റെ-
കലിയടക്കും കണ്ണനായി
കൂനനുറുമ്പിഴയുമ്പോൾ
കുന്നിളകും പൊരുളായി
കുന്നിലുമൊരു കൂണിലുമാ-
പ്പൊരുളുണരുന്നതുകണ്ടേ
തുയിലുണരാനാടടിയേ.

മൂന്ന്

(ദുഷിച്ച ക്രിയകൾ പറഞ്ഞുതുള്ളിക്കാൻ നോക്കുന്നു. ഒടുവിൽ, നല്ലതു പറഞ്ഞു തോറ്റുമ്പോൾ മാത്രം അവൾ പറഞ്ഞതിൻപടി മാറിത്തുള്ളുന്നു.)

എഴുന്നാഴി നെല്ലെടുത്തേഴപ്പം ചുട്ട,തി-
ലെരുമച്ചിമക്കടെയെറക്കമടയ്ക്കാം
അയലത്തെ കുയിലിന്റെ പൂങ്കുരലടയ്ക്കാം
അടുത്തുള്ള ചെറുക്കനെയാറടീലൊതുക്കാം
എറങ്ങണ നേരത്തെരണക്കേടിന്റെ
യജമാനനെക്കൊ'ണ്ടെതുപ്പ് വരുത്താം'
[10]കൊരവളപറിച്ചേ വളയും തളയും നിന-
ക്കപ്പടിയാടടി ചോരക്കള്ളീ

അരുതാത്ത വാക്കുകളറയ്ക്കാതെ പറയുന്നൊ-
രറുവാണിപ്പെണ്ണിന്റെ തൊള്ളയടയ്ക്കാം
അടുത്തുള്ള വേടന്റെ വില്ലുമുറിക്കാം
മൂലോകം മുഴുവനും മുടന്തി നടത്താം
ഉറങ്ങണനേരത്തിരുചെവിയറിയാ
തിരുതലപ്പാമ്പ് കൊണ്ടുയിരു തളയ്ക്കാം
പല്ലുപറിച്ചേ മുല്ലപ്പൂപ്പടനിന-
ക്കപ്പടിയാടടി കാലക്കള്ളീ....

(പൊല്ലവചൊന്നാൽ തുള്ളുകയില്ലേൽ
നല്ലവചൊല്ലാം തുള്ളടി കള്ളീ)

ചെത്തിമിനുക്കാം തെച്ചിനനയ്ക്കാം
കച്ചയും പൊയിലയും കൊണ്ടുകുമിക്കാം
മച്ചിലിരിക്കണ പുത്തരിപൊടിച്ച-
ഞ്ചപ്പത്തരങ്ങൾ കൊണ്ടു കുമിക്കാം
പപ്പടം കൊണ്ടേടനെറ്റിപ്പട്ടം നിന-
ക്കപ്പടിയടടീ കറുത്തകള്ളി....

മാലകൊരുക്കാം താലിയൊരുക്കാം
പൂക്കുല മാമലപോലെ കുമിക്കാം
മാറിലുറങ്ങണ പെണ്ണിന്റെ കണ്ണിലെ
പൊന്നുവിളഞ്ഞതു കൊണ്ടുകുമിക്കാം
ചുംബനം കൊണ്ടേ ചുവന്നപൊട്ട് നിന-
ക്കപ്പടിയാടടീ വെളുത്ത കള്ളീ.... അങ്ങനെ-
യപ്പടിയാടടീ വെളുത്ത കള്ളീ....

നാല്

കമുവിരിപ്പൂങ്കുലതിരുകിയ
മുടിയഴിഞ്ഞുലഞ്ഞാടണ്
കറുത്തവാവെന്നും വെളുത്തവാവെന്നും
കണക്കുനോക്കാത്തകള്ളി
കാലിലിട്ട കിങ്ങിണികൾ
കിലുകിലുന്നനെ തുള്ളണ്
മഴവില്ലിന്നരയാണ-
ച്ചരടിളകിത്തുള്ളണ്

---

1. (ദുർമന്ത്രവാദിനികൾ മാലാഖമാരായാൽ! നരകം സ്വർഗ്ഗവും മുൾക്കാട് പൂവനവുമായിത്തീരുന്നു!)
2. 'കമു – എന്നത് കവുങ്ങിന്റെ പ്രാദേശികപ്രയോഗമാണ്.
3. കൊളക്കൂരച്ചാര്= വലിയ പച്ചത്തവള. ഇവ രാത്രിയിൽ ഉച്ചത്തിൽ ശബ്ദമുണ്ടാക്കുന്നു.
4. കഞ്ച = ക്രൂരഹൃദയമുള്ളവൾ
5. കന്നിയഴിയാത്ത = കന്യകയായിട്ടുള്ള
6. ചൂരും = തുരന്നെടുക്കും
7. കടുത്ത വേനലും അതിവൃഷ്ടിയും; രണ്ടിനാലും ഇവൾ ഉപദ്രവങ്ങളുണ്ടാക്കുന്നു.
8. ബലികർമ്മത്തിനുപയോഗിക്കുന്ന പട്ട്
9. മൂക്കുമുട്ടംമൂട്ടുക = വിഭവസമൃദ്ധമായി വയറുനിറച്ചും ഭക്ഷിക്കുക.
10. കൊരവള = കൂരൽ

കാടരിച്ച് കടലരിച്ച്
മണ്ണരിച്ച് വിണ്ണരിച്ച്
മലയാളം പുലരുവോളം
മദിച്ചുതുള്ളണ് കള്ളി.

കറുത്ത മുത്ത്

(സ്വാതന്ത്ര്യം വിലക്കപ്പെട്ടവർക്ക്)

കലമ്പിയുഴറും കടലലമാലക-
ളിരമ്പിയിടറിച്ചോദിച്ചു:
'വെളുത്തുവിളറിയ വിണ്ണേ, ഞങ്ങടെ
കറുത്തമുത്തെവിടെ?
ഇരുമ്പഴിക്കൂടുലച്ചുലാത്തും
സിംഹത്താനെവിടെ?'

മൂടിക്കെട്ടിയ കൂടാരങ്ങൾ
മുനിഞ്ഞുകത്തും നാളുകളിൽ
കൂരിരുളിന്റെ കിരീടം ചൂടിയ
കാടുകിതയ്ക്കും രാവുകളിൽ
കഷ്ടപ്പാടിലലിഞ്ഞ നിലാവിൻ-
വെട്ടം വീണ വിളക്കുകളിൽ
വിതുമ്പിനിന്ന കൊടുങ്കാറ്റിൽ നി-
ന്നരിച്ചെടുത്തൊരു സത്തെവിടെ?
ചതുപ്പിലുഴറിത്താഴും ജീവൻ-
തുടിച്ച ഹൃത്തെവിടെ?

മാരണമിരുളും മഴമുകിലിന്നിടി-
നാദം പൊട്ടിയ പുലരികളിൽ
കാരണമില്ലാതിരവും പകലും
ക്രൂരതയാടിയ കൂരാപ്പിൽ[1]

നരകം വന്നുകുമിക്കും കുമ്പിളി-
ലെരിവയർ പൊട്ടും പൊല്ലാപ്പിൽ
കറുത്തചേറിൽ വീണവെളിച്ചം-
വിളഞ്ഞ മുത്തെവിടെ?
വലിച്ചെറിഞ്ഞ വളക്കൂറിൽപ-
ന്തലിച്ച വിത്തെവിടെ?

കരിഞ്ഞചില്ലകളിന്മേൽ കാലം
തളിർത്തുവീശും തണലുകളിൽ
ചരിഞ്ഞ ചെങ്കുത്തേറി നട,ന്നിള-
വെടുത്തുപാടും വേളകളിൽ
കരിക്കഴുത്തിൽ നിന്നുവിയർക്കും
നിണച്ചൊരുപ്പിൻ നിഴലുകളിൽ
പുളച്ചുവീണ കിരാതത്വം ക-
ണ്ടുയിർത്ത വീറെവിടെ?
കരുത്തുറഞ്ഞ കയത്തിൽ നിന്ന-
ന്നെടുത്ത മുത്തെവിടെ?

കലമ്പിയിളകും കടലലമാലക-
ളിരമ്പിയലറിപ്പാടുന്നു:
'അടച്ചകൂട്ടിൽ പിടച്ചു ഞങ്ങൾ
മരിച്ചൊടുങ്ങില്ല
മദിച്ചനെഞ്ചിൽ കുലച്ചപൂക്കൾ
കുഴിച്ചുമൂടില്ല
വെളുത്തവാവുണ്ടുറങ്ങി ഞങ്ങൾ
വിളിച്ചു കൂത്താടും
വിളക്കു വീണ്ടും കൊളുത്തിവയ്ക്കും
കുളിച്ചുകുരവയിടും.'

---

1. *കൂരാപ്പ് = മഴക്കോള്; മൂടിക്കെട്ടിയ മാനം*

ഊട്ടുപാട്ട്

വെളിയന്നൂരൂട്ടുമേളം
വെളിപാടിനു തപ്പുതാളം
വാളെടുത്തു വടിയെടുത്തു
വിളയാടീ കുലദൈവം.
മണിയടിച്ചു മന്തിറങ്ങൾ
മണിമണിയായോതുന്നൂ
പണിയുന്നേനടി, യെങ്ങൾ-
ക്കണയേണം പൂവത്താൻ!*

ഇടിവെട്ടേറ്റടിപെട്ടൊരു
കമുകിൻ പൂവിരികൾ, നിറ-
നിറയാത്തൊരു നിറപറകൾ
കരിയെരിയുമിടിഞ്ഞിലുകൾ
തിരുമുറ്റത്തസ്ഥിത്തറ
തിരിനീട്ടിയ തുളസിപ്പൂ-
വിലനുള്ളി മലർക്കളവും
ചമയിച്ചേനടിയങ്ങൾ.

ഞങ്ങളുടെ കടിഞ്ഞൂലിൽ
കനിവിയലാനൊളിവിതറും
കാലിണയിൽ കണിവയ്പൂ
കരിവളകൾ കാൽത്തളകൾ

കണ്ണേറും നാവേറും
മാറീടാനിരുപാടും
കരിയേറിയ കൈകൂപ്പി-
ത്തിരുചേവടിയുഴിയുന്നു.

മാടന്നും മറുതയ്ക്കും
മലദേവത ദേവർക്കും
ചെളിയിൽ ചെന്താമരകൾ
ഹൃദയങ്ങൾ കൂപ്പുന്നൂ
നൂറ്റാണ്ടായാചാരം
നോറ്റാണേ പോറ്റുന്നൂ
തറവാടിൻ തായ്‌വേരേ
നിലയില്ലാതുഴലുന്നു

വീടിന്റെ വടക്കിന്നൊരു
കാക്കത്താൻ കുടികെട്ടി
വീടിന്റെ വടക്കിന്നൊരു
**പുളിവിത്തിനു മുളപൊട്ടി
എവിടേക്കടിവച്ചാലും
ദുഃശകുനോന്മാദങ്ങൾ
ഇടവേളയെഴാതെവരും
ദുരിതകരസ്പർശങ്ങൾ!

വിളറിയനെല്ലോലകളിൽ
വിളയാതെ കിടക്കുന്നൂ
മാവേലിപ്പാട്ടുണരും
മലയാളത്തിരുവോണം
നാളെനാളെ (നീളെ നീളെ)
പുതിയൊരു പൂമ്പുലരിവരും-
വരവുകണ്ടു കണ്ണുടയ്ക്കും
കനവൊരു പാഴ്ക്കനവായി.

എന്തിനിനിപ്പാടുന്നൂ
തൊന്തരവിൻ പല്ലവികൾ
എന്തറിയാതുള്ളതെന്റെ
തമ്പുരാന്റെ കൺമുനകൾ!
തിരുനാമത്തിരയേറി-

40 ഒറ്റയാന്റെ ഹൃദയം
ഗിരീഷ് പുലിയൂർ

ത്തിരിയുന്നൂ പൂന്തിങ്കൾ
നിരനിരയും കുലവാഴയി-
ലെരിയുന്നൂ പന്തങ്ങൾ.

മണിനാദം മാണിക്യ-
ക്കനിയുണ്ണും കാവുകളും
'പുത്തിര'പാടുംമേട-
ച്ചിത്തിരയും കനവായി
തുള്ളൽക്കൊട്ടലയൊലികൾ
തുള്ളുന്നൂ കാതുകളിൽ
തുയിലുണരൂ തുള്ളിവരൂ-
കുലദൈവപ്പെരുമാളേ

തട്ടുപുരയ്ക്കകമേറി
പട്ടെടുത്തു തറ്റുടുത്ത്
മണിമാല മാറിലിട്ട്
തിരുനൂറാൽ കുറിയിട്ട്
തപ്പുതാളമേളത്തിൻ-
ചുവടുവച്ചു തുള്ളിയാടൂ
നാടിനെഴും നോവുണരാൻ
കാരണങ്ങളുരിയാടൂ

ഒരു തുള്ളിയിലൊരു കടലും
ഒരു മലരിൽ തേന്മഴയും
ഒരു കനലിൽ പുലരൊളിയും
കൊണ്ടുവരൂ കൂടെ വരൂ!

---

* പൂവത്താനാണ് കുലദൈവം.

** ഇവ രണ്ടും ദുശ്ശകുനങ്ങളായി കണക്കാക്കുന്നു.

മരണം

നീയെനിക്കു മൂടിയിട്ട
പട്ടുവിരിപ്പായിരുന്നു
വായ്ക്കരിയിട്ടേഴുവലം-
വച്ചുതൊഴുതു പോയിരുന്നു
അന്തിമാഭിലാഷമായി-
ട്ടോർമ്മയേറ്റുവാങ്ങിയപ്പോൾ
വിണ്ടിരുന്ന ചുണ്ടിനുള്ളിൽ
നീയൊളിച്ചിരുന്നുവോ
മഞ്ഞുരുകിപ്പെയ്തിറങ്ങും-
പോലെ നീ ചിരിച്ചുവോ

ആരുടെ തെറ്റാടിയിൽ നിന്നാ-
ണെറിയും കല്ലുപോലെ
പൂക്കളറുക്കുന്നു നീ!
കണ്ണുകളാലപരിചിതം
കൈയുകൾക്കുമപരിചിതം
നിന്റെ രൂപവർണ്ണനയ്ക്കു
വാചകങ്ങൾ പരിമിതം
നമ്മൾ തമ്മിലെങ്കിലുമി-
ന്നെന്തുമാത്രം പരിചയം!

നിന്റെ മുഖാമുഖമിരുന്നു
നിന്നെ ഞാൻ തെരഞ്ഞിടുന്നു

നിന്റെ മടിത്തട്ടിലാ
ണുറങ്ങുവാൻ കിടന്നിടുന്നു.

നീ വിളക്കണച്ച കൊടുങ്കാറ്റുപോലെ
നീ അണമുറിച്ച മഹാമാരിപോലെ
വിത്തുകൂടിത്തിന്നുപോണ വറുതിപോലെ
മുത്തിനായി മുങ്ങിയവൻ ചത്തടിഞ്ഞപോലെ
എങ്കിലും നീ മലതുരക്കും കാട്ടെലിയെപ്പോലെ.

കൃഷീവലൻ

കാരഞ്ഞൂ തെങ്ങിൻകൂട്ടം, കുലവാഴകൈയുകൾ
പിണഞ്ഞൂ, ചുഴിക്കുത്തിൽ പിടഞ്ഞൂമീൻകുഞ്ഞുങ്ങൾ
ഇടിവെട്ടെടുത്തെറിഞ്ഞിടറീ മുകിൽക്കൂട്ടം
മുടിഞ്ഞൂമൂവന്തി, വെന്തുഴറീകൊടിത്തൂവ
ഉലഞ്ഞൂ മുളങ്കാടിൻ കുലകൾ, പിരിഞ്ഞുപോ-
യിന്നലെക്കൃഷീവലൻ, മരണം ചതിക്കുമോ?

മഴവില്ലെടുത്തവൻ കുലച്ചൂ, വിണ്ണിൽനിന്നും
മഹിതം വിയർപ്പിന്റെ നിറഗംഗകൾ പൂത്തൂ
പുകഞ്ഞൂ മണ്ണിൻ മാനക്കേടുകൾ, മൺവെട്ടിയിൽ-
വരിഞ്ഞൂ വർഷം, ചിറ്റാറിളകിത്തടം തല്ലി
മാനത്തു ദിവാകരദൃഷ്ടിവീഴും മുമ്പെന്നും
മാനിച്ച സങ്കല്പത്തിൻ വിളികേട്ടുണർന്നെത്തി
കിളച്ചുമറിച്ചവൻ നട്ടതു നക്ഷത്രങ്ങൾ
തളിരിൻ തീവീശിയതുയിരിൻ നിലാവിതൾ
കൈകളിൽ കലപ്പതൻ കരുത്തുകാളും നാളിൽ
വെള്ളിലത്തളിർപോലെ വിളറീവേനൽക്കാലം
മരിച്ചൂ വ്യാമോഹവും, നശിക്കാതിരിക്കുന്നി-
തെരിഞ്ഞവെയിൽ കുടിച്ചറിഞ്ഞ കൃഷീവലൻ!

നിർദ്ധനൻ, നിത്യാന്ധതയ്ക്കപ്പുറം സംഗീതത്തിൻ-
വൃദ്ധിയിൽ ഗ്രാമത്തിന്റെ ചോരത്തുള്ളികൾ കണ്ടു
കുത്തിയ കടന്നലിൻ കവിളിൽ മുത്തംകൊടു-

ത്തൊക്കെയും സുഖമാണെന്നറിഞ്ഞു ചിരിക്കുന്നു
വിളിച്ച വസന്തങ്ങൾ വിരുന്നുണ്ണുവാനെത്തി
വിളക്കു തെളിക്കുവാൻ വനകന്യമാരെത്തി
അളന്നുമുറിച്ചവൻ പറഞ്ഞൂ, “വരില്ല, ഞാൻ
വയണപ്പൂവിൻ മണമുള്ളോളെ വരിച്ചുപോയ്
താഴത്തുതാഴമ്പൂവിൻ തണലുണ്ടെന്നാലും ഞാൻ
നേരത്തുവിതച്ചാലേ വിളയൂവിഷാദങ്ങൾ”
കപടസിദ്ധാന്തങ്ങൾ കലിച്ചുവാഴും നാളിൽ
കറുത്തമതിൽക്കെട്ടിന്നകമായ് നാട്ടിൻപുറം
ഉദിച്ച നക്ഷത്രങ്ങൾ താനിച്ചൊരോലപ്പന്തൽ
കരിച്ചുകളയുവാൻ കാലത്തിനാവില്ലല്ലോ!
തുലഞ്ഞതുലാവർഷം മറക്കാൻ പണിപ്പെട്ടാൽ
തുറിച്ചുനോക്കും ജീവൻ തുളിച്ചനെല്ലോലകൾ
കുലച്ച ചെന്തെങ്ങിളങ്കുലകൾ മന്ത്രിക്കുന്നൂ
‘മരിക്കാതിരിക്കുന്നിതെനിക്കെൻ കൃഷീവലൻ.’

വഴിയിൽ കുരുത്തോല ചൂണ്ടിയ കുഴിക്കുള്ളിൽ
*‘വലത്തുമൂന്നും വച്ചു’കിടന്നൂ കൃഷീവലൻ
മുഖത്തുമണ്ണിട്ടപ്പോൾ ജ്വലിച്ചൂ കവിൾത്തടം!
മരണത്തിലും മണ്ണിൻ മകനായ് മരിക്കുക!

* വലത്തു മൂന്നുംവച്ചു = മൂന്നു പ്രദക്ഷിണംവച്ചു

ഓർമ്മ

വെയിലാറുന്നേ മഴ ചാറുന്നേ
വേലിപ്പടർപ്പിലെ ഓലക്കിളിക്കിളം-
മാറത്ത് മഴ ചാറുന്നേ

മാനത്തൊരായിരം മുല്ല വിരിഞ്ഞേ
മുല്ലപ്പൂനുള്ളുവാൻ പെണ്ണൊന്നു വന്നേ
പെണ്ണിന്റെ കണ്ണിലും മുല്ലവിരിഞ്ഞേ
മുല്ലപ്പൂനുള്ളുവാനാളില്ലാനേരത്ത്
വെയിലാറുന്നേ മഴചാറുന്നേ.

തോടും പുഴകളും നീന്തിക്കടന്നേ
തെച്ചിപ്പൂനുള്ളുവാനൊത്തുനടന്നേ
പൂക്കൂടതോറും കിനാക്കൾ നിറഞ്ഞേ
നേരം മറന്നോരോ പൂവുമെടുത്തൊരു-
മാലകൊരുക്കുമ്പോൾ
വെയിലാറുന്നേ മഴചാറുന്നേ

കാറ്റിന്റെ കൈയിൽ കരിവളയിട്ടേ
കാക്കയ്ക്കും പൂച്ചയ്ക്കും മൂക്കുത്തിയിട്ടേ
കാണാത്തനേരം കവിതകുറിച്ചേ
കള്ളപ്പിണക്കം നടിച്ചുനടന്നേ
ഓരോന്നുചിന്തിച്ചിന്നൊറ്റയ്ക്കിരിക്കുമ്പോൾ
വെയിലാറുന്നേ മഴചാറുന്നേ

വെള്ളിനിലാവുകരിവാവുതന്നേ
തത്തമ്മയാളെക്കരിമ്പൂച്ച തിന്നേ
കാറ്റത്തുകായൽ വിളക്കുമണഞ്ഞേ
പൂങ്കളിയോടം ചുഴിയിലലഞ്ഞേ
കായലിൽ കണ്ണുനീരുപ്പലിയുമ്പോൾ
ഓളങ്ങളോരോന്നോടിയെത്തുമ്പോൾ
വെയിലാറുന്നേ മഴചാറുന്നേ
കൈതോലക്കാട്ടിലെ കാലിച്ചെറുക്കനും
വെയിലാറുന്നേ മഴചാറുന്നേ
വേലിപ്പടർപ്പിലെ ഓലക്കിളിക്കും
വെയിലാറുന്നേ മഴചാറുന്നേ.

ഒരു പണ്ടാരൻ[1] പാടുന്നു

"**പാ**ട്ടുപാടെടാ പണ്ടാരാ"
എന്തരുപാടണം വീട്ടിലമ്മോ?
"കടലിനക്കരെക്കൊയ്യാൻ പോയോരെ
കഥകൾ പാടെടാ പണ്ടാരാ."

കടലിനക്കരെക്കൊയ്യാൻ പോയവർ
കടൽകടന്നേ പോയല്ലോ
കടലിരമ്പും കരൾ നിറയെ
കതിരുകൊയ്യാൻ പോയല്ലോ
കന്നിവാഴും കടവിലൂടെ
പൊന്നുകൊയ്യാൻ പോയല്ലോ
കാത്തിരിപ്പോൾ കണ്ണുനീരിൻ
കരയിലേക്കേ പോയല്ലോ
തെങ്ങുകളിൽ തോരണത്തിൻ-
പൂക്കുലകൾ മാഞ്ഞല്ലോ
പുണ്യമെഴും പൂപ്പറമ്പിൽ
ചോരകൊണ്ടു തളിച്ചല്ലോ
പൂവിതളിൻ പൂജകളിൽ
കാവിലമ്മ മുടിഞ്ഞല്ലോ
കുളിരരുവിക്കൂട്ടിലിന്നും
കോഴികൂവി നടന്നല്ലോ
തെക്കിനിയിൽ തെണ്ടിയായി-
ത്തേവരല്ലോ തുള്ളുന്നു

48 ഒറ്റയാന്റെ ഹൃദയം
ഗിരീഷ് പുലിയൂർ

തപ്പുകൊട്ടാൻപെരുവയറിൻ
പിള്ളയല്ലോ പോരുന്നു.
ചൊട്ടയിലും ചുടലയിലും
കൂട്ടിനെത്തീ പോഴത്തം
ചുറ്റുമതിൽക്കെട്ടിലിന്നും
കളമെഴുതീ കാടത്തം
അസ്ഥിമാടത്തറയിലിന്നും
നത്തുവന്നു ചിലച്ചല്ലോ
[2]കൊക്കിരിക്കാൻ കൂടുതേടി-
ക്കൂരമോളിലണഞ്ഞല്ലോ
മുക്കുതോറും മുതുമുതുക്കൻ
മുത്തിനായകൾ മോങ്ങുന്നു
പടിയിറങ്ങിയ 'ശാച്' വീണ്ടും
പതിവുറങ്ങാൻ പോരുന്നു
കൈയൊഴിഞ്ഞു ചിരിച്ചോരെല്ലാം
കടലുതാണ്ടിപ്പോയല്ലോ
ബാക്കിപാടാം പണ്ടാരൻ, നീ
കേട്ടുകേഴുക വീട്ടിലമ്മോ

കതിരുകൊയ്യാൻ പോയോരല്ലേ
കടലലറിക്കേഴുന്നു
കരിമുകിലിൻ കണ്ണുകളിൽ
കാറ്റിരമ്പിത്തോരുന്നു
കൂട്ടിനുള്ളോൾ കൂരിരുട്ടിൽ
തേങ്ങിയേങ്ങി വീഴുന്നു
ചുടലകളായെരിയുന്നൂ
ചുടുകാറ്റിൻചൂളങ്ങൾ
തട്ടിനുള്ളിൽ കരിനാഗ-
പ്പെടവാഴും പ്രേതങ്ങൾ
കുട്ടനും കടശ്ശിമോളും
കടുനോവിൻ കാതങ്ങൾ
പുന്നമരത്തണലിലേതോ
പോക്കുവെയിൽ ചായുന്നു
ചെന്നായുടെ ചെത്തങ്ങൾ
ചെവിപൊട്ടിച്ചലറുന്നു
കന്യാവിനു കരിവളയും
കൺമഷിയും നേരുന്നു
കുരുതിത്തറമാടങ്ങൾ
ചോരക്കുളമാകുന്നു

തലമുറകൾ തലപൊട്ടി-
പ്പിറവിയിലേതുലയുന്നു

കറവപ്പശു മരുഭൂമി-
യ്ക്കരികിൽ നിന്നമറുന്നു.
ഒരുകൂട്ടം ഭൂതങ്ങൾ
ചോരച്ചുവനുണയുന്നു
ഒരുകൂട്ടം ശാപങ്ങൾ
തീ നക്കിത്തിന്നുന്നൂ.

പണ്ടാരൻ പാടുന്നു
പരമാർത്ഥം പാടുന്നു
നെഞ്ചെല്ല് പിളർന്നിട്ടും
പതറാതെ പാടുന്നു
"കടലേറിപ്പോയവരേ
കണികണ്ടുണരാൻ പോരൂ
[3]പതിരുകളിൽ പാലായി-
പ്പതയുന്നൂ പെറ്റമ്മ
ഒരു തരിതൊട്ടാകാശ-
പ്പൊരുളായി പെറ്റമ്മ
വെളിപാടായൊരുനേരം വ-
ന്നുറയുന്നൂ പെറ്റമ്മ
'ഇക്കരയേ പച്ചപ്പെ'-
ന്നരുളുന്നൂ പെറ്റമ്മ...."
"ഇക്കരപ്പച്ച, ഇക്കരപ്പച്ച"യെ-
ന്നരുളുന്നൂ പെറ്റമ്മ.

---

1. പണ്ടാരൻ = സഞ്ചാരി
2. *കൊക്ക് = കൊറ്റി. വീട്ടിൽ കൊക്കു ചേക്കേറുന്നത് ദുശ്ശകുനമായി വിശ്വസിക്കുന്നു*
3. *പതിരെന്നു വിചാരിച്ചവയിലൊക്കെ അമ്മയുടെ, മാതൃഭാഷയുടെ, കവിതയുടെ ദിവ്യ സാന്നിദ്ധ്യമാണുള്ളത്.*

കാളിമയിലാട്ടം

കരിമുകിലൊത്ത 'പുരിങ്കുഴലീ'
കാളിമപെറ്റ പെരുങ്കാളീ, നിൻ-
കൈയിൽ കരിവള കളനാദം
കഴുത്തിൽ തുള്ളും കങ്കാളം
കാലിൽ കലിയുടെ പാദസരം
കാലംതെറ്റിയ കാമരസം
ഉച്ചലനിശ്ചലഭേദകരം, പരി-
തോജ്ജ്വലമുഖരിതനൃത്തരവം!

ഉച്ചിനെരിപ്പോടുച്ചരവി
പിച്ചകമലരു കടുക്കനെടീ
ചെത്തിമിനുക്കിയ ചെമ്മാനം
ചെവിക്കുടയാകുമലങ്കാരം
താലം നിറയെ പൂക്കാലം
കപോലം വിതറിയ കടുനീലം
ഇടനെഞ്ചിടറിപ്പുണരും പുഷ്പിത
നടനം തുടരും സീൽക്കാരം

കാറ്റുമിനുക്കിയ കണ്ണിണയിൽ കരി-
വീരൻ കലയുമരക്കെട്ടും
പെറ്റുകിടക്കും പുലിയുടെ വീര്യം-
പെറ്റനഖത്തിൻ 'കുസ്സൃതി'യും
പാമ്പുകൾ പിണയും ജഘനതടം, നീ-
ലാമ്പൽപ്പൂവിൻ മദഗന്ധം

കൂലംകുത്തിപ്പുളയും പുഴയുടെ
താളം തോറ്റിയ സുരതസുഖം

നിത്യവുമെന്നെയെരിച്ചവളേ
അസ്ഥിയിലെന്നും പൂത്തവളേ
ശക്തിയെനിക്കു കൊടുപ്പവളേ, യെൻ-
ശക്തിക്ഷയവും നീയല്ലോ
മുത്തുകണക്കെഴുമിവളുടെ പല്ലിനു
പാണ്ടുകിടപ്പൂ നക്ഷത്രം
എന്റെ മുഖത്തിഴയുന്നതു നിന്റെ
കൊടുംചുഴി പകരുമൊരാലസ്യം

കൊടിയവിനാശക്കൊടി ചൂടും
കുടിലത വന്നു വിളിച്ചാലും
പതറിയ ജീവിതനിമിഷങ്ങൾ
മരണക്കെണിയിൽപ്പെട്ടാലും
സത്യമെനിക്കുമറയ്ക്കും മഞ്ഞുട-
യാടയിൽ നിന്നെയൊളിച്ചാലും
കടുതരമിടറും കരളിലിരമ്പും
കാരുണ്യക്കടൽ നീയല്ലോ!

പത്തിവിരുത്തിയ ദുഷ്ടതയിൽ
കത്തിയെരിഞ്ഞൂ ചൈതന്യം
പുഷ്ടിപ്പെട്ട പുലർച്ചയിലെല്ലാം
നഷ്ടപ്പെട്ടു നവോന്മേഷം
നട്ടുച്ചയ്ക്കിരുളെത്തിയ നേരം
പൊട്ടിയുടഞ്ഞൂ പൊന്നോണം
കൊമ്പല്ലേറിയ ക്രൂരതവാഴും
വമ്പുള്ളവളും നീയല്ലോ

ഭീകരവാതച്ചുഴലികളിൽ
ഭീതിദമുലയും വേങ്കുലകൾ
പയ്യും ദാഹവുമറിയില്ലല്ലോ
നിന്റെ നിലാവിൻ നിലവറയിൽ
കണ്ണെത്താത്ത വിദൂരതയിൽ ഞാൻ
കൈനീട്ടുകയാണെന്നെന്നും
കുങ്കുമമെൻനെടുനെറ്റിയിലണിയി-
ച്ചരുളുക മായികമുക്തിപദം!

എത്രയലഞ്ഞവനാണീ ഞാൻ
ഇത്രയ്ക്കെഴുമോ കാഠിന്യം

52 <u>ഒറ്റയാന്റെ ഹൃദയം</u>

ഗിരീഷ് പുലിയൂർ

നിന്റെ നിരങ്കുശലാവണ്യം
കണ്ടുനിറഞ്ഞാൽ കൈപ്പുണ്യം
പിടികിട്ടാത്ത പ്രിയങ്കരിയേ
പടികേറാത്ത ഭയങ്കരിയേ
പണ്ടേപാടിയ പാട്ടിൻതുണ്ടുകൾ-
കൊണ്ടുനിനക്കൊരു കൂമ്പാരം!

മാവേലിയും നാടും

തെങ്ങോലപ്പൂക്കുട ചൂടിയ
മാവേലിമഹാമന്നൻ
പൊങ്ങച്ചം കൊണ്ടുശിരസ്സു-
കുനിച്ചപ്പോൾ നമ്മളനാഥർ!

പോരാടിവഴങ്ങിയ കൈകൾ-
പൊള്ളിച്ചൂ ചങ്ങലവളയം
തറവാടിചമഞ്ഞ കിനാവുക-
ളത്താഴംമുട്ടിമരിച്ചു
തേരോടിയൊതുങ്ങിയ വഴിയിൽ
തലയില്ലാതാരോ തുള്ളി
ഓരോ ചുമടേറി നടന്നവ-
രെല്ലുമുറിഞ്ഞടിമകളായി

കുണ്ടിലെഴും കണ്ണുകൾ രണ്ടിൽ
കരിവണ്ടുകൾ ചത്തുകിടന്നു
പൊന്നരയാണത്തിനു പകരം
കരിനാഗം ചുറ്റിയിരുന്നു
കൈവിരലുകൾ പട്ടികടിച്ചു
കൈവല്യം കള്ളനെടുത്തു
അഴുകിയ കണിവെള്ളരിപോല-
ന്നാരാണു മരിച്ചുകിടന്നു?

ഒരു പുരാവൃത്തം

ഹരിതാലസജീവിതാർത്തിയോ
ടൊരുനാൾ വന്നു വിളിച്ചുയൗവനം
പുളകങ്ങളെരിച്ചു താമര-
ത്തളിരിന്നമ്ലരസം കുടിച്ചുഞാൻ

കനലും കതിരും നിറഞ്ഞ നിൻ
വനിയിൽ നിന്നുണരുന്നിതോർമ്മകൾ
നുരയിട്ടു പതഞ്ഞു നമ്മളിൽ
തിരതല്ലീ മധുമാസരാത്രികൾ

ഉടലാലുരഗങ്ങളായി നാം
പിണയുന്നൂ മൃതിയാണ്ടു മൂർച്ഛയിൽ
ഇടവിട്ടൊരു കൊള്ളിയാൻ പിട-
ഞ്ഞിടറുന്നെന്റെ മനസ്സിലെന്തിനോ

മഴവില്ലു മറന്നു, കൂരിരുൾ-
ത്തിരയിൽമുങ്ങി മുടങ്ങി നാടകം
പുഴയിൽ കുളിതീർന്നു, വെണ്ണിലാ
വിളകും രാത്രികളസ്തമിച്ചുപോയ്

അതിദുഃവസന്തഗന്ധക-
പ്പുകമോന്തും നിഴലും നിറങ്ങളും

മതികെട്ടുഴലുന്നു, തൊണ്ടയിൽ
തകരുന്നാദിമ രാഗവൈഭവം

അറിയാൻ കഴിയാതെയായി നിൻ-
മണവും മാർദ്ദവവും മഹത്വവും
ഭഗനീയ വിഭൂഷണങ്ങളിൽ
വിഗണിച്ചന്നറിയാതെ നിന്നെ ഞാൻ

പലമാതിരി വന്നുപോയിസ-
ങ്കുലസംഭ്രാന്തിയെഴുന്ന സന്ധ്യകൾ
നിലതെറ്റി നിറംപകർന്നു, നെ-
ഞ്ചുലയും ശബ്ദമൊടുങ്ങി നിദ്രയിൽ

കഥയിങ്ങനെയായി, കാതര-
പ്രണയം തീമഴയായ വേളയിൽ
കൊതിയോടെയകന്നുപോയ്, കൊല-
പ്രതിയാണെന്നതുപോലെ കേണു നീ

പലപാടുപടർന്ന ചോരതൻ
കറയായ് ദൂരെയെഴും നഭസ്തലം
കനവല്ലറിവിൻ മരത്തിലെ-
ക്കനിയാണെന്നുമെനിക്കു തന്നു നീ

വഴിവിട്ടുപറന്ന പക്ഷിയി-
ന്നറിയുന്നെത്രയനന്തമംബരം
കഴിയുന്നതുമില്ല താഴുവാ-
നറിയില്ലേതു ദിശാന്തരത്തിൽ ഞാൻ!

സാക്ഷിപത്രം

പ്രേമനിശ്ശൂന്യം പിരിഞ്ഞുപോയീടുകിൽ
പ്രേതങ്ങൾ വന്നുകൂത്താടുമെൻഹൃത്തടം
കാലമേ, തീരെക്കൊലച്ചതിചെയ്യാത്ത
ക്രൂരതകൊണ്ടെന്നെ തൃപ്തനാക്കീടുക!

ദൂരത്തുനിന്നു കൊതിച്ച വിഷാദമേ
ചാരെവന്നെന്നെപ്പുണർന്നുറങ്ങീടുക
വറ്റിവരണ്ട സംഗീതസരിത്തുപോൽ
ചുറ്റും വിമൂകത വന്നുവിളിക്കയായ്
വാരിയെടുത്തു പുണർന്ന കിനാവുകൾ
വാരിയെല്ലുന്തിയ പട്ടിണിക്കോലമായ്
കൂരയിൽവന്നു കൂടേറിയ കൂമനെൻ
ദീനതപോലെ കരഞ്ഞു മയക്കമായ്
എണ്ണിയതൊക്കെയും തെറ്റിയവേളയിൽ
വന്നുനീയേതോ വിചിത്രവിനോദമായ്!

യന്ത്രയുഗഭ്രാന്തെടുത്ത തലച്ചോറി-
ലന്തരീക്ഷം വിഷലിപ്തമാണെങ്കിലും
നിന്റെ സംഭീതരാഗങ്ങളിൽ ചാലിച്ച
കുങ്കുമംപോലെ ചുവക്കുന്നു ജീവിതം!

കെട്ടിനിറുത്തിയ കണ്ണുനീർച്ചാലുകൾ-

പൊട്ടി, പ്രണയപ്രളയം വരുംവരെ
മുട്ടിയുരുമ്മിയ നിശ്വാസനിസ്വനം
വെട്ടം വിളഞ്ഞു വിളക്കുവയ്ക്കുംവരെ
കണ്ണടച്ചേക്കുക ഞാനീവയൽക്കര-
ത്തിണ്ണയിലുണ്ടൊരുപാസകൻ മാതിരി

എത്ര തുലാവർഷമെത്രമിന്നൽപ്പിണ-
രെത്രയ്ക്കുകോരിച്ചൊരിഞ്ഞ മൂവന്തികൾ!
നിന്റെ നിദാന്തസുഖസ്മൃതിപോലൊന്നു-
മില്ലിനി വന്നു പകുക്കുവാൻ ജീവിതം

നിന്നില്ല, പൂങ്കൈതപോലെയുലഞ്ഞു നീ
തന്നില്ല, താരാട്ടുപോലെയുറക്കി നീ
പ്രച്ഛന്നവേഷങ്ങളാടിയ നാടകം
മച്ചിന്നകത്തു മരിച്ചുകിടക്കയായ്
അന്ധകാരത്തിൻ പിശാചുവന്നെൻ നെഞ്ചു-
വെട്ടിപ്പൊളിക്കുന്നു, മായുന്നു നന്മകൾ
മറ്റാരുമില്ലാതുണർന്നിരുന്നെന്നെ നിൻ-
വെറ്റിലക്കയ്യുകൾ കൊണ്ടു പുതയ്ക്കുക
നീലിച്ചരാത്രിയെപ്പോലെ നിലാവിന്റെ
വേരുകൾ കൊണ്ടുവരിഞ്ഞു ബന്ധിക്കുക!
എത്രദൂരം നടന്നെത്തിയതാണുഞാ-
നിത്തണൽപറ്റിത്തളർന്നുകിടക്കുവാൻ!

ഇല്ലഞാ, നീവഴിവീണ്ടും നടക്കുവാൻ
കല്ലുകൾമുട്ടിമുടന്തിയെൻ കാലുകൾ.

കുളി[1]

മേലേവീട്ടിലെ മേലാളപ്പെണ്ണിനു
മേടമാസത്തിൽ തെരണ്ടുകുളി
മേല്നെറയെക്കൊടമഞ്ഞളിട്ടവ-
ളേഴരക്കാല,ത്തെരണ്ടുകുളി

മെയ്യിൽകൊഴുപ്പും തഴപ്പും തഴയ്ക്കുവാ-
നെള്ളെണ്ണ മുന്നാഴിയുള്ളിലാക്കി
പൂവന്റെ കന്നിപ്പെടയിട്ട മുട്ടക-
ളേഴല്ലെഴുന്നൂറൊടച്ചുവീഴ്ത്തി
പുത്തരിച്ചെന്തവിടൊട്ടും കളയാതെ-
യെണ്ണയിൽ മുക്കിക്കൊഴച്ചു നല്കി
നാളെത്തലമുറവിത്തുകിളുർക്കേണ്ടും
മാറത്തും വയറത്തും മന്ത്രമോതി
കട്ടിക്കരിക്കട്ടപോലക്കരിമിഴി-
യഞ്ജനമിട്ടുപൂവാലെഴുതി
എണ്ണമണക്കും തലമുടിക്കെട്ടി-
ലിരുണ്ടതുളസിത്തിരി തിരുകി
കോടിപ്പുടവയുടുത്തവളാദിത്യ-
നോടിയെത്തുംമുമ്പൊരുങ്ങിനിന്നു

കന്നിക്കിനാവുകളെല്ലാമെരിക്കുന്നൊ-
രെണ്ണക്കുരുപോലവളിരുന്നു
കുന്നിക്കുരുമാലമിന്നാത്തമാറ്[2]
കുടംവന്നവാഴകണക്കിരുന്നു!

ഇന്നലെച്ചിറ്റാറിന്നോരത്തും തീരത്തും
തേരാപ്പാരാപാടിപ്പോയവളേ
ഇന്നുമുതൽക്കിനി നിന്റെ നിലാവിന്റെ
കൊന്നകൾ പൂക്കുകയായിരിക്കും
"പേരുമറന്നുനടക്കല്ലൊരിക്കലും
നേരറിഞ്ഞെന്നാളും ജീവിക്കണം
അക്കരച്ചെക്കന്റെ വാക്കിനിക്കേക്കരു-
തൊച്ചവച്ചൊട്ടു നാവാട്ടരുത്
പെണ്ണുങ്ങളല്ലാതെയാരെ നീ കണ്ടാലും
പെണ്ണേ പെരുവിരൽനോക്കിടേണം
പോക്കണക്കേടുകൾ ചിന്തിച്ച് ചിന്തിച്ച്
കാപ്പുകളെണ്ണിയിരിക്കരുത്
നോക്കരുതീമനയ്ക്കപ്പുറത്തേക്കിനി
കാക്കുവാൻ നിന്നെ നീതന്നെവേണം
മക്കളേ മാനക്കേടില്ലാതിരിക്കണം
താലിക്കിണങ്ങും മനസ്സുവേണം
ഒന്നിച്ചിരിക്കുവാൻ മാളികതീർക്കണം
ഓരുന്നതൊക്കെ നടക്കവേണം
ഓന് തലയോട്ടെഴുത്ത് തെളിയുമ്പോ-
ളോമനിക്കാനൊരു മാരനെത്തും
അച്ഛനുമമ്മയും അമ്മാവന്മാരുമു-
ണ്ടിച്ഛകണക്കു പറഞ്ഞയക്കും"

പെണ്ണിന്റെ കാതിൽ കൊടുങ്കാറ്റിരമ്പുന്നു
കണ്ണുംകരളും കലങ്ങീടുന്നു

"എന്തൊക്കെയിങ്ങിനിച്ചൊല്ലിയാലക്കര-
ച്ചെക്കനെയെങ്ങനെ ഞാൻ മറക്കും?
കണ്ണിലും കാതിലും കല്ലിയാണക്കുറി

കെട്ടിയതക്കരച്ചെക്കനല്ലേ....
ആരാണ്ടും കാണാത്തനേരത്തു കൂടെവ-
ന്നോരോന്നുചൊല്ലും ചെറുക്കനല്ലേ...”

പെണ്ണിന്റെ നെഞ്ചത്തെത്തഞ്ചല് കേട്ടപ്പോൾ
മണ്ണും മരവും കരഞ്ഞുപോയി.[3]

---

1. കേരളഗ്രാമങ്ങളിൽനിന്നും മറഞ്ഞുപോയ കല്യാണമാണ് തെരണ്ടുകല്യാണം. ഇന്നത്തെ സ്ത്രീസ്വാതന്ത്ര്യവും മുൻപത്തെ അവസ്ഥയും താരതമ്യം ചെയ്യുന്നതു രസാവഹമായിരിക്കും.
2. കുന്നിക്കുരുവിന്റെ നിറവും തോറ്റുപോവുന്ന നിറം!
3. അവളുടെ ദുഃഖം കണ്ടു മണ്ണും മരവും പോലും കരഞ്ഞു; മനുഷ്യരാരും കരഞ്ഞില്ല.

കൂടോത്രം

(കേരളം മാറിപ്പോയി. കുഗ്രാമീണാനുഭവങ്ങൾ പലർക്കും നഷ്ട പ്പെട്ടു. ഇതൊരു നെടുമങ്ങാടൻ ഗ്രാമീണചിത്രമാണ്. പതിനെട്ടുവയസ്സുള്ള ചെറുക്കനും നാല്പത്തിരണ്ടു വയസ്സുള്ള അമ്മിണിയും തമ്മിലുള്ള സംഭാഷണത്തോടെ കൂടോത്രം ആരംഭിക്കുന്നു. യൂണിവേഴ്സിറ്റി കോളേ ജിലെ കൂട്ടുകാർക്ക് പാടി രസിക്കാൻ വേണ്ടി എഴുതിയത്.)

ചെറുക്കൻ : തത്തിത്തത്തിനടക്കുന്നോ-
രമ്മിണിയമ്മേ, നീ
പാളപറക്കണതൊടയിലൊരാള്
പതുങ്ങണ കണ്ടല്ലോ?

അമ്മിണി : ഛരീ-
നാഥനുമില്ലാ നന്തനുമില്ലാ-
തെച്ചില്വായും നോക്കി നടന്നി-
ട്ടമ്മിണിയോട് ചെറുക്കാ, പിച്ചും-
പേയും പറയരുത്

ചെറുക്കൻ : ങാ.. ഹാ...
അന്നൊരിക്കലമ്മൂമ്മയ്ക്ക്
വെറ്റിലവാങ്ങാൻ, ഞാൻ-
വന്നപ്പോഴും കൊടിയിലൊരാള്-
പതുങ്ങണകണ്ടല്ലോ?

അമ്മിണി : ശ്ശെടാ, അതേയ്....
കാറ്റിലൊടിഞ്ഞു, കൊടിപ്പാത്തി,ക്കിരു-
പുറവും വീണുകിടന്നൊരു വെറ്റില-
വള്ളി പതിക്കാനായിട്ടെത്തിയ
ശങ്കരനല്ലേ...?

ചെറുക്കൻ : എന്നാലേ,
തെച്ചിപ്പൂവൊന്നിറുക്കുവാൻ
വന്നപ്പോഴും, നീ
മച്ചിനു മോളിലൊരാളെയൊളിപ്പി-
ക്കുന്നതു കണ്ടല്ലോ?

അമ്മിണി : അയ്യേ...
മച്ചിനുമോളിലൊളിച്ചൊരു വട്ടിയി-
'ലയ്യാറെട്ട്' കൊറിച്ചുമുടിക്കാ-
തെലിവില്ലൊന്നുകളിക്കാനെത്തിയ
സുന്ദരനല്ലേ...?

ചെറുക്കൻ : എന്തിനാണിതെന്തിനാണെ-
ന്നമ്മിണിയമ്മേ, യീ-
തൊന്തരവോരോന്നിങ്ങനെമാറ്റണ-
തെന്തിനുപൊന്നേ?

അമ്മിണി : തൊന്തരവങ്ങനെ മാറ്റണതല്ലട
നിന്നൊടു ചുമ്മാ 'പുളുവാസം' ചൊ-
ന്നാരോടും നീ പറയില്ലെന്ന-
തെനിക്കറിയില്ലേ?

ചെറുക്കൻ : തേരാപ്പാരാ ചുറ്റിനടക്കണ
തെമ്മാടിയല്ലേ, യിതുഞ്ഞാ-
നൊന്നു പറഞ്ഞാലെന്താണെല്ലാം
നാട്ടുനടപ്പല്ലേ?

അമ്മിണി : നാട്ടുനടപ്പായാലും കള്ള-
ക്കൂട്ടുകിടപ്പാ, ണാരോടും നീ
പറയാതെന്നുടെ കള്ളച്ചെക്കന്
പണ്ടം തരണൊാണ്ടേ, ഞാനൊരു
പണ്ടം തരണൊാണ്ടേ...

ആ.......

പണ്ടത്തിമ്മേലമ്മാനക്കളി
കരിമാനക്കളിചെമ്മാനക്കളി
തക്കിളികിക്കിളിമുക്കിളിയിട്ടൊരു
മുങ്ങാംകുഴിയിലിറങ്ങിയൊളിച്ചും
കാണാക്കടലിലെയലമാലകളിൽ
തങ്ങിപ്പൊങ്ങിച്ചങ്ങാടങ്ങളി-
ലങ്ങോട്ടിങ്ങോട്ടാടിയുലഞ്ഞും
കൈതക്കാട്ടിൽ കണ്ണാംപൊത്തി-
ക്കണ്ടുപിടിക്കാനോടിനടന്നും
രതിലയലഹരിപ്പൊത്തിലിരിക്കും
കരിനാഗത്തെക്കൈവളയാക്കി-
ക്കരിമുടിയിളകി,ക്കണ്ണുകലങ്ങി-
ക്കാമത്തറയിലുറഞ്ഞുവിളി,ച്ചിരു-
മെയ്യിലുമുരുകിയിറങ്ങും വെള്ള-
ത്തുള്ളികൊരുത്തൊരുഴിഞ്ഞാലിട്ടതി
ലാടിപ്പാടിയുറങ്ങാനിന്നൊരു
പണ്ടം തന്നില്ലേ, ഞാനൊരു
പണ്ടം തന്നില്ലേ, നീയിതു
വെളിയിൽ മിണ്ടല്ലേ....

സർവ്വസംഹാരിക്കുമുൻപിൽ

വരംവാങ്ങാൻവേണ്ടി വീണ്ടും
തിരുസന്നിധിയെത്തവേ
കരൾവേവുന്നു, ദുഃഖത്തിൻ-
കടൽതല്ലുന്നു ചിന്തയിൽ

തിരികെട്ട വിളക്കിൽ തീ-
നാളം വീണ്ടും നിറയ്ക്കുവാൻ
ദൂരമേറെത്താണ്ടി, ജീവൻ-
കരുവാളിച്ചുനില്ക്കയാം

അറംപറ്റീ പണ്ടു പാടിയ
നിറംകെട്ട സമസ്യകൾ
വിറയ്ക്കുന്നുണ്ടെട്ടുദിക്കും
തൊട്ടുനില്ക്കും ഞരമ്പുകൾ

അസ്ഥികൂടത്തിലാത്മാവിൻ-
മുത്തു സൂക്ഷിച്ചുവച്ചു ഞാൻ
കത്തിടും ചിത തുപ്പും തീ-
ക്കട്ടകൾക്കു വിളക്കുവാൻ

ചുരുങ്ങീ ശുക്രതാരത്തിൻ-
കൊടിപൊങ്ങിയ വാനിടം
വിളർത്തൂ വെള്ളിമീൻ ചാടും
കിഴക്കിൻ ജലപാളികൾ

ഉടുത്തൂ രക്തസിന്ദൂര-
പ്പട്ട്, വട്ടകവാളുകൾ-
കരത്തിൽ തൻ തരം നോക്കി-
ച്ചുഴറ്റിക്കൊണ്ടുനില്പൂ നീ

കണ്ടതും കേട്ടതും തമ്മിൽ-
ക്കൊണ്ടൊടുങ്ങിയ ബുദ്ധിയിൽ
നിന്നു നീറും നിന്റെ നാമം-
മാത്രമാണിന്നൊരാശ്രയം

ഇന്ദ്രിയങ്ങളിതഞ്ചും ഗം-
ഭീരമാംനിന്നലർച്ചയിൽ
കമ്പനംകൊണ്ടു നിശ്ശബ്ദം
മോക്ഷപ്രാപ്തിക്കു നില്ക്കയാം

കണങ്കാൽതൊട്ടു കണ്ഠത്തിൻ-
തലപ്പോളം നിനക്കു ഞാൻ
നേർച്ചയായി നിവേദിപ്പൂ
സ്വീകരിക്കുക ചണ്ഡികേ

ബലിക്കല്ലിൽ ചേർത്തുവയ്ക്കാൻ
കൊതിക്കുന്നെന്റെ മസ്തകം
കുടിക്കൂ, ചീറ്റിടും ചോര-
ത്തിളപ്പിൻ ലവണദ്രവം

ഉടൽ കരിഞ്ഞു കണ്ണീരിൻ-
കയത്തിൽ വീണുമുങ്ങിയും
കടംകൊണ്ട നിലാവിന്റെ
കുടം പൊട്ടിയൊടുങ്ങിയും
പാതാളത്തിൽ പതിക്കുന്നൂ
പാപവേതാളകൂളികൾ
കുടൽ വാറ്റിക്കുടിച്ചീടും
കർക്കടപ്പാതിരാത്രികൾ

ഉച്ചികത്തും നെരിപ്പോടിൽ
പച്ചിലത്തളിരെന്നപോൽ
രുദ്രസംഭീത മംഗല്യേ
നിന്നിലിന്നെന്റെ ജീവിതം

ഭാഷ വേറെ പഠിച്ചില്ല
നിന്നെ വായിച്ചുതീർക്കുവാൻ
(.... എന്നാൽ വായിച്ചതിൻശേഷം
പല ഭാഷ പഠിച്ചിടും....)

കുട്ടിച്ചാത്തൻ[1]

(**എ**ന്റെ അപ്പനപ്പൂപ്പന്മാർ പാരമ്പര്യവൈദ്യന്മാരും മാന്ത്രികന്മാരുമായിരുന്നു. കുട്ടിച്ചാത്തന്റെ സേവയുണ്ടായിരുന്ന ഒരു മല്ലൻകുഞ്ഞമ്മാവനെപ്പറ്റി അച്ഛൻ നിരന്തരം പറഞ്ഞുകൊണ്ടേയിരുന്നു. കുട്ടിയായിരിക്കുമ്പോൾ എനിക്ക് അച്ഛന്റെ ഗ്രന്ഥപ്പുരയിൽനിന്നും താളിയോല കൈയിൽ കിട്ടി. കുട്ടിച്ചാത്തനെ ആവാഹിച്ചുവരുത്തുന്ന മന്ത്രം അതിലുണ്ടായിരുന്നു.)

ഓം
ഹ്രീം
മായക്കുരള്[2]ക്കുട്ടിച്ചാത്താ....
വീരഗണ്ഡാതുവിഷ്ണുവിഷ്ണുമന്ദ-
മന്ദമദകാളി കാളിയമ്മേ
മാത്രക്കോലുടയാട-
യേന്തും കുടുക്കയും
എടുപിടി ചൂരക്കോൽ
മണിയും മന്ത്രക്കോലും
അന്തമറിയാതിന്നെന്റെ മുമ്പിൽ വന്നു
തോന്നായോ കുറും കുട്ടിച്ചാത്താ...

മുപ്പത്തിമുക്കോടി ദേവഗണത്തിനും
മുമ്മൂന്നുവട്ടം കൊടുതിയാടി
കണ്ണുനെറഞ്ഞ് കരളുനെറഞ്ഞന്ന്

68 ഒറ്റയാന്റെ ഹൃദയം

ഗിരീഷ് പുലിയൂർ

മുന്നാഴിവിത്തുകുഴിച്ചുമൂടി, ത്തളി-
രിട്ടിലപൊട്ടിത്തഴച്ചതിലങ്ങനെ
കായും കനിയും കൊതിച്ചു ഞങ്ങൾ!
അടിമുടിവാടിക്കരിഞ്ഞൊരാവല്ലിയി-
ലായിരം താരണിച്ചില്ല തായോ
കായും കനിയും ചൊരിഞ്ഞുതായോ
തന്നായോ കുറും കുട്ടിച്ചാത്താ....

കാണാത്ത കാഞ്ചനക്കണികണ്ടു മോഹിച്ച്
കേക്കാത്ത കോമരത്തുടികേട്ടു ദാഹിച്ചി-
ന്നെച്ചില്നക്കിപ്പറക്കികളോടുമ-
ല്ലിട്ടു മരിക്കുന്നു കൊച്ചുമക്കൾ
അയലത്തെയരചന്റെയരമനയ്ക്കുള്ളിലെ
യടയും കടലയും കൊണ്ടുതായോ
കൈതയോലപ്പൂന്തടുക്കുതായോ
തന്നായോ കുറും കുട്ടിച്ചാത്താ...

കണ്ണിലാരോ കരിങ്കുന്തമിറക്കി-
ക്കരളുപറിച്ച് കൊലവിളിച്ച്
ഞെട്ടിയെഴിച്ച് നെലവിളിച്ച്
കുറ്റാംകൂരിരുട്ടത്തും പേപിടി-
ച്ചോടുന്നു നാടിന്റെ കൊച്ചുമക്കൾ
മുള്ളുംമൊരടും നെറഞ്ഞനെലത്തൊരു
മുല്ലപ്പൂമ്പന്തൽ പണിഞ്ഞുതായോ
നല്ലനിലാവു ചുരന്നുതായോ
തന്നായോ കുറുംകുട്ടിച്ചാത്താ....

വിറ്റുതിന്നാനുള്ളതൊന്നുമില്ലെങ്കിലും
കുറ്റപ്പെടുത്തുകയാണു നിങ്ങൾ
ഒറ്റിക്കൊടുക്കുവാനെത്തുന്നു ചുറ്റിലും
കത്തിയും കല്ലും കരിമ്പുകയും
വെട്ടിപ്പിടിക്കുവാൻ ഞങ്ങൾക്കു ചോരയിൽ
വെട്ടവും വീര്യവും കൊണ്ടുതായോ
വിത്തവും വിദ്യയും കൊണ്ടുതായോ
തന്നായോ കുറും കുട്ടിച്ചാത്താ....

കള്ളവും നിങ്ങടെ കൊള്ളയും കൊണ്ടോരോ
പൊള്ളത്തരങ്ങളായ് മാറി ഞങ്ങൾ

എള്ളോളം പോന്ന കുടിപ്പകമൂത്തരും-
കൊല്ലും കൊലയ്ക്കുമിറങ്ങി ഞങ്ങൾ
ഓടവെള്ളം കുടിച്ചോരത്തുറങ്ങുന്ന
നേരത്ത് പുത്തൻപുടവ തായോ
കട്ടിലും തൊട്ടിലും കൊണ്ടുതായോ
തന്നായോ കുറും കുട്ടിച്ചാത്താ....

വാളും പരിചയും കാളുമങ്കത്തട്ടി
ലാളും ചുടുഞ്ചോരക്കുന്നുകളിൽ
ആയിരം കൂണു കുമിഞ്ഞുകൂടുന്നതി[3]
ലാടുവാനൂഞ്ഞാലുഴിഞ്ഞുതായോ, കൂടെ-
പ്പാടുവാൻ പാതാളക്കുണ്ടിലിറങ്ങാത്ത
മാവേലിപ്പാട്ടുപറഞ്ഞുതായോ
ഇടിവെട്ടിപ്പൊടിപൊടിച്ചലറും മഴയിലൊ-
ത്താടാനൊരോമനപ്പെണ്ണുതായോ
പെണ്ണിനുറങ്ങുവാൻ മണ്ണുതായോ
തന്നായോ കുറും കുട്ടിച്ചാത്താ....

പൂവാലിപ്പയ്യിട്ട ചാണകം കൊണ്ടു
പുരത്തറയേഴുവട്ടം മെഴുകി
നിറനാഴി കണ്ണാടി കാട്ടുമുല്ലപ്പൂവ്
നിറപറകാടോടിക്കാട്ടുതുളസിപ്പൂ-
വവിലും പൊരിയും പഴവുമെഴുതിരി
യെരിയും നെലവിളക്കും കൊളുത്തി
കിലുകിലെച്ചെപ്പും കുരുത്തോലപ്പന്തലും
കിങ്ങിണിത്തൊങ്ങിണിത്തോരണവും
മാറാതെ മടിയാതെ തന്തുടിത്തുന്തുടി
തുള്ളിവായോ കുറും കുട്ടിച്ചാത്താ, യെഴു-
ന്നള്ളിവായോ കുറും കുട്ടിച്ചാത്താ, വരം
തന്നായോ കുറും കുട്ടിച്ചാത്താ...

---

1. അധഃസ്ഥിതന്റെ ദൈവമാണു കുട്ടിച്ചാത്തൻ. അവൻ വാഴ്ത്തപ്പെടണം. കുട്ടിച്ചാത്തനെ മന്ത്രം പറഞ്ഞുവരുത്തി ഒരു സാധാരണക്കാരന്റെ ആവശ്യങ്ങൾ പറഞ്ഞറിയിക്കുന്നു.
2. കുരളൻ - കള്ളൻ
3. ഓരോ പോരാട്ടവും സ്വസ്ഥതയ്ക്കും സമൃദ്ധിക്കും വേണ്ടിയുള്ളതാവണം.

ഒറ്റയാന്റെ ഹൃദയം

കാടുകരിഞ്ഞൂ വീണ്ടും തടവറ-
വാതിൽ പൊളിച്ചു വരുന്നൂ കൊമ്പൻ
കണ്ണിലുമിത്തീ നീറിയകാലം
ചങ്ങലപൊട്ടിച്ചലറിയ കോലം!

ചിന്നംവിളിയിൽ തിരമാലകളുടെ-
കുന്നുകുലുങ്ങീ തുമ്പിക്കൈയിൽ
കൊമ്പുകൾ രണ്ടുമൊടിഞ്ഞതിരുട്ടിൻ-
കോട്ടകൾ കുത്തിമറിക്കുന്നേരം
വാലു ചുഴറ്റിത്തല്ലുകയാലേ
കാലത്തിൻകവിളാകെ നനഞ്ഞു
ചേലിലുലഞ്ഞു നടന്നനിലത്തോ
മാനക്കേടിൻ മാരി പൊഴിഞ്ഞു
വേന്തളിരന്നു ചവച്ചുകൊഴുത്തതു
വേണ്ടുംവണ്ണം വീറുപകർന്നൂ
എന്റെ പുറങ്കാലിന്റെ പരുക്കൻ-
ചുംബനമാണു നിനക്കു നിവേദ്യം.

പേരാലിൻ പെരുവള്ളി പിരിച്ച-
ന്നൂഞ്ഞാലാടിയിരുന്നു വസന്തം
താമരമലരുകളോരോന്നോരോ-
ന്നോടിയൊടിച്ചുനടന്നൂ കാലം
ചന്ദ്രദിവാകരമണികൾ കഴുത്തിൽ

ചന്തത്തോടെ കുലുക്കിനടക്കും
നക്ഷത്രങ്ങളെ നുള്ളിയെടുത്താ
വക്ഷസ്സിൽ വരണാഞ്ജലിചാർത്തും

കഷ്ടപ്പാടുനിറഞ്ഞ വനത്തിൽ
നഷ്ടപ്പെട്ടതു സ്വൈരവിഹാരം
ചോരമഴക്കൊളളായി മദിച്ചതു
കാരണമില്ലാതുള്ള നിഷേധം
ചേറ്റിലിറങ്ങി നിവർന്നതുകൊണ്ടൊരു
കാറ്റുകണക്കു കരുത്തു തിളയ്ക്കും
കൊത്തളമൊക്കെയിളക്കിയെടുത്തൊരു
കുത്തുവിളക്കു കണക്കു പിടിക്കും
പത്തിവിരുത്തിയെഴുന്ന പിശാചേ
കുത്തിയെടുത്തു കൊലയ്ക്കുവിളിക്കും
സ്വർഗ്ഗീയതയുടെ ഗോവണികേറിയ
സ്വപ്നരഥങ്ങളിടിച്ചുതകർക്കും

മാറാപ്പിന്റെ മുടിക്കെട്ടുലയും
മേലാളർക്കുവിയർക്കുകയല്ലീ?
എന്റെ പുറഞ്ചെവി വീശും കാറ്റിൽ
നിന്റെ നടുത്തൂണൊടിയുകയല്ലീ?
പച്ചമുളന്തണ്ടിന്റെ കുളിർമ്മ-
കുടിച്ചതെനിക്കൊരു വേദനയായി
കോമരമാണു കുതിച്ചുവരുന്നതു
കോപത്തീയിലെരിക്കും ലോകം

മേലേമാനത്തമ്പിളിപോലും
എന്റെ കറമ്പൻ കാല്പാടല്ലോ
താഴെനിലത്തോ കുന്നും കുഴിയും
മാനംകൊണ്ടുകറുത്ത വിനോദം!
മുത്തുവിളഞ്ഞുകിടക്കുകയാണി-
ക്കത്തിയെരിഞ്ഞ കരിപ്പാടത്തിൽ
മസ്തകമാരു തകർക്കും ഞാനി-
ന്നൊറ്റതിരിഞ്ഞവനാണെന്നാലും?

ഒരു പണ്ടാരൻ പാടുന്നു

ഡോ. പി സോമൻ

കവിത്വത്തിന്റെ ആദ്യപ്രകാശനവേളയിൽ പൂർവഗാമികളായ കവികളുടെ പാരായണങ്ങളിലെവിടെയെങ്കിലും യുവകവി മനസ്സുടക്കിപ്പോവുക സ്വാഭാവികമാണ്. അത്തരം സ്വാധീനം അനുകരണമല്ല. സ്വാധീനമെന്നാൽ വ്യുത്പത്തിയും അഭ്യാസവുമായി ബന്ധപ്പെട്ട കാവ്യസംസ്കാരമാണ്. ഈയൊരർത്ഥത്തിൽ ഇടശ്ശേരി, കടമ്മനിട്ട എന്നീ കവികളുടെ നാടോടിപ്പാരമ്പര്യാഭിമുഖ്യത്തോടു താല്പര്യമുള്ള കവിയാണ് ഗിരീഷ് പുലിയൂർ. സ്വന്തം ഗ്രാമത്തിന്റെ സംസ്കാരത്തനിമയിലേക്കു പോകാനുള്ള സ്വപ്രത്യയസ്ഥൈര്യം ഗിരീഷിനു ലഭിച്ചിരിക്കുന്നത് മേൽപ്പറഞ്ഞ കവികളുടെ കാവ്യപാരമ്പര്യത്തിൽനിന്നാണ്. എന്നാൽ ഗിരീഷ് അവരുടെ അനുകർത്താവോ അനുവാദകനോ അല്ല.

മലയാളകവിതയ്ക്കിനിയും ഏറെ പരിചിതമായിത്തീർന്നിട്ടില്ലാത്ത ഒരുൾനാടൻ ഗ്രാമത്തിന്റെ നാടോടിപ്പാരമ്പര്യത്തിലെ നിനവുകളും സങ്കല്പങ്ങളും വിശ്വാസങ്ങളും പേടിസ്വപ്നങ്ങളുമാണ് ഗിരീഷിന്റെ കവിതയുടെ അർത്ഥഘടന. ഇടശ്ശേരിയുടെ പുരാസങ്കല്പവും കടമ്മനിട്ടയുടെ 'കാട്ടാള' സങ്കല്പവും പോലെയുള്ള ആസുരഭാവനകൾ കേരളത്തിലെ എല്ലാ ഗ്രാമമനസ്സുകളും കാത്തുപോരുന്നുണ്ട്. അത്തരമൊരു ഭൂതസങ്കല്പം പുലിയൂർക്കവിതകളിലും പലരൂപത്തിൽ വിന്യസിക്കപ്പെടുന്നു.

കുണ്ടിലിറങ്ങിയ ഭൂതത്താനൊരു
കുന്നുകുലുക്കി വരുന്നുണ്ടേ
കൊമ്പിലൊ'രമ്പടവമ്പ്' കൊരുത്തൊരു

കൊമ്പനിറങ്ങി വരുന്നുണ്ടേ
പാടത്തൂടെച്ചോരമണക്കും
പട്ടുപുതച്ച കരിങ്കാലൻ
അന്തിനെരിപ്പോടെരിയും കണ്ണിൽ
പട്ടടകൂട്ടി വരുന്നുണ്ടേ. (കരിന്തിരി കാണുമ്പോൾ)

'നെഞ്ചത്തൊരു പന്തം കുത്തിനിൽപ്പൂ കാട്ടാളൻ' എന്ന കടമ്മനിട്ട സങ്കല്പം പോലൊരു ഗ്രാമസങ്കല്പമാണ് തലയിൽ എരിയുന്ന നെരിപ്പോടും കൈയിൽ ചുട്ടുപഴുത്ത ചങ്ങലയുമായി മൂവന്തിനേരത്ത് പറമ്പുകളിലെ അതിരായ ഓടകളിലൂടെ 'ചങ്ങലമാടൻ' സഞ്ചരിക്കുന്നു എന്നത്. ആധുനികജീവിതത്തിലേക്ക് രംഗപ്രവേശം ചെയ്തുകൊണ്ടിരിക്കുന്ന ഈതിബാധകളുടെ അർത്ഥാന്തരങ്ങളെ ധ്വനിപ്പിക്കാൻ ഗിരീഷും ഇത്തരം നാടോടിസങ്കല്പങ്ങളെ ഉപയോഗിക്കുന്നു.

'കൊടുതി' എന്ന തെക്കൻ ഗ്രാമീണ ദേവപൂജ (ഉത്സവം) മലയാള കവിതയ്ക്ക് ഏറെ പരിചിതമാണെന്നു തോന്നുന്നില്ല. പിതാമഹന്മാരുടെ ആത്മാവുകളെ കുടിയിരുത്തിയിരിക്കുന്ന പൂജ്യസ്ഥാനങ്ങളാണ് 'തെക്കതുകൾ' (സമകാലിക മതനവീകരണത്തിന്റെ ഫലമായി അവയൊക്കെ 'അമ്പല'വേഷം കെട്ടിയിട്ടുണ്ട്.). തെക്കതുകളിലെ പ്രേതാത്മാക്കളെയും മലദേവതകളെയും ഗ്രാമത്തിലെ ദുരിതങ്ങൾ അകറ്റാനും വിളവുകളുടെ അഭിവൃദ്ധിക്കുംവേണ്ടി ഗ്രാമീണർ പൂജിച്ചുപോരുന്നു. ഒരു മലയോരഗ്രാമത്തിൽ ജനിച്ചുവളർന്ന ഗിരീഷിന്റെ സാംസ്കാരിക പശ്ചാത്തലം തിറ, പടയണി, തെയ്യം, പൂരം എന്നിവയുടെ പാരമ്പര്യമല്ല. മറിച്ച്, ഗോത്രസ്മൃതികളും കാട്ടരുവിപോലെ നിശ്ശബ്ദമായി ഒഴുകിയെത്തുന്ന തെളിമയുള്ള ഉൾനാടൻചിന്തകളും മലദേവതാസങ്കല്പങ്ങളും 'കൊടുതി'കളുടെ അനുഷ്ഠാനപരതയുമൊക്കെയാണ്. ഇതാണ് ഗിരീഷിന്റെ കവിതയെ ഇതര മലയാളകവികളുടെ പാരമ്പര്യത്തിൽനിന്നും വ്യതിരിക്തമാക്കുന്ന ഘടകം. ഭൂതത്താൻ, മറുത, കരിങ്കാളി, കുട്ടിച്ചാത്തൻ, ആയിരവില്ലി തുടങ്ങിയ ഗ്രാമീണദേവതകളോട് സമകാലികജീവിതദുരിതത്തെ ബന്ധിപ്പിക്കുകയാണ് കവി ചെയ്യുന്നത്.

കണ്ണിലാരോ കരിങ്കുന്തമിറക്കി-
ക്കരളുപറിച്ച് കൊലവിളിച്ച്
ഞെട്ടിയെഴിച്ച് നെലവിളിച്ച്
കുറ്റാംകൂരിരുട്ടത്തും പേപിടി-
ച്ചോടുന്നു നാടിന്റെ കൊച്ചുമക്കൾ
മുള്ളുംമൊരടും നെറഞ്ഞനെലത്തൊരു

മുല്ലപ്പൂമ്പന്തൽ പണിഞ്ഞുതായോ
നല്ലനിലാവു ചുരന്നുതായോ
തന്നായോ കുറുംകുട്ടിച്ചാത്താ.... (കുട്ടിച്ചാത്തൻ)

'പാതാളക്കുണ്ടിലിറങ്ങാത്ത മാവേലിപ്പാട്ടു' പറഞ്ഞുകൊടുക്കാനാണ് ഗ്രാമീണനായ കവി കുട്ടിച്ചാത്തനോട് അർത്ഥിക്കുന്നത്. മന്ത്രത്തിന്റെ താളലയത്തിലുള്ള ശൈലി ഉപയോഗിക്കുന്നതിൽ ഗിരീഷിന് പ്രത്യേകിച്ചൊരു സാമർത്ഥ്യമുണ്ട്.

ഗിരീഷിന്റെ കവിതയിലെ ചിഹ്നങ്ങൾ നാടോടിമനസ്സിൽനിന്നാണുയിർക്കൊള്ളുന്നത്. 'തെക്കുനിന്നും തുള്ളിവന്നു തേരുവിളക്കോട്ടം' എന്ന ചിഹ്നം തന്നെ ഉദാഹരിക്കാം. വാഴത്തടയുടെ പുറംപോളകൾകൊണ്ട് ഗോപുരാകൃതിയിലും ചതുരാകൃതിയിലും ശില്പഭംഗിയോടെ (ചിലപ്പോൾ വർണ്ണക്കടലാസുകൾ കൊണ്ടും) എടുപ്പുകൾ നിർമ്മിച്ച് എണ്ണയിൽ കുതിർത്ത പന്തങ്ങൾ കൊളുത്തി തേരുവിളക്കിന്റെ നാലുമൂലയിലും മുകൾഭാഗത്തും കുത്തിനിറുത്തി രാത്രിയുടെ അന്ത്യയാമത്തിൽ പ്രത്യേകം നിയോഗിക്കപ്പെട്ടവർ അതു ശിരസ്സിലേറ്റി താളത്തോടെ നൃത്തം വയ്ക്കുന്ന 'വിളക്കാണ്' തേരുവിളക്ക്. തലയിലേന്തുന്ന ആൾ താളത്തിനനുസരിച്ച് ചുവടുകൾ വച്ച് കളിക്കുകയും ഒടുവിൽ തെക്കതിനു ചുറ്റുമായി ഓടി വെളിച്ചപ്പെടുകയും ചെയ്യുന്നു. ഇതാണ് തേരുവിളക്കോട്ടം. നാട്ടുകാർ ഈതിബാധകൾ ഒഴിവായിക്കിട്ടുന്നതിനാണ് തേരുവിളക്കുകൾ നേരുന്നത്. വാഴത്തണ്ടിൽ കുരുത്തോലകൾ ഗോളാകൃതിയിൽ കുത്തിനിർത്തി മുകൾഭാഗത്ത് പന്തം കുത്തിനിർത്തുകയോ ഇടിഞ്ഞിലുകൾ (മൺചെരാതുകൾ) കത്തിച്ചുവയ്ക്കുകയോ ചെയ്യുന്ന 'വാഴവിളക്കുകൾ' തെക്കതിന്റെ പറമ്പുകളിൽ തെളിയിക്കുന്നു.

ഗിരീഷിന്റെ കവിത ഈയൊരു അനുഷ്ഠാനത്തിൽനിന്നും ചിഹ്നങ്ങൾ സ്വീകരിച്ചിട്ടുണ്ട്. കൊടുതിയോടനുബന്ധിച്ചുള്ള പൂജയാണ് 'ഊട്ടുപാട്ടുകൾ'. കാളീക്ഷേത്രങ്ങളിലാണ് അവ നടത്തുന്നത്. 'കന്യാവു' പൂജയും ചാവൂട്ടലും ഗ്രാമീണർ നടത്തുന്നു. ചാവൂട്ടൽ പൂർവികരുടെ ആത്മാവുകളെ തൃപ്തിപ്പെടുത്താനുള്ള അർച്ചനയാണ്. കന്യകയായിരിക്കെ മരിച്ചുപോയ പെൺകുട്ടികളാണ് 'കന്യാവുകൾ'. അവളുടെ സംതൃപ്തമാകാതെ പോയ മാതൃത്വത്തെ തൃപ്തിപ്പെടുത്താൻ പട്ട്, മുഖക്കണ്ണാടി, ചീർപ്പ്, കൺമഷി, ചാന്ത്, കരിവളകൾ, കാൽത്തളകൾ എന്നിവ തെക്കതുകൾക്കുള്ളിലോ ഗൃഹങ്ങൾക്കുള്ളിലോ കെട്ടിത്തൂക്കുന്നു. ഈയൊരു അനുഷ്ഠാനത്തിൽനിന്നും സൂചകങ്ങൾ ഗിരീഷ് സ്വീകരിച്ചിട്ടുണ്ട്.

ഞങ്ങളുടെ കടിഞ്ഞൂലിൽ
കനിവിയലാനൊളിവിതറും
കാലിണയിൽ കണിവയ്പൂ
കരിവളകൾ കാൽത്തളകൾ
കണ്ണേറും നാവേറും
മാറീടാനിരുപാടും
കരിയേറിയ കൈകൂപ്പി-
ത്തിരുചേവടിയുഴിയുന്നു. (ഊട്ടുപാട്ട്)

ആസുരവും പൈശാചികവുമായ ദേവതാസങ്കല്പങ്ങളാണ് ഗിരീഷിന്റെ കവിതകൾ നിറയെ. പ്രേതാത്മാക്കളുടെ ഒരു ലോകത്തെ തുറന്നുവിടുന്ന പ്രതീതി. ഗ്രാമീണമനസ്സിലെ രണ്ടു ഭീകരസങ്കല്പങ്ങളാണ് മാടനും മറുതയും (മറുനായ്). മറുതാ മരിച്ചുപോയ, പ്രത്യേകിച്ചും ജീവിതാഭിലാഷങ്ങൾ പൂർത്തിയാക്കാതെ ദുർമ്മരണം വരിച്ചവരുടെ പ്രേതാത്മാക്കളാണ്. പുള്ളിപ്പുലിപോലെ നീണ്ട ശരീരത്തോടുകൂടിയ കറുത്ത നായ അഗ്നിപോലെ ജ്വലിക്കുന്ന മിഴികളും ചോരയിറ്റുവീഴുന്ന നാവുമായി ഇരുണ്ട സന്ധ്യാനേരങ്ങളിൽ ഏകാന്തമായ വഴികളിലൂടെയും പറമ്പുകളിലൂടെയും സഞ്ചരിക്കുന്നു എന്നാണ് ഗ്രാമീണവിശ്വാസം. അതിനെ കണ്ടു ഭയപ്പെടുന്നവർക്ക് പനിയും പിച്ചുംപേയും ഉണ്ടാകുന്നു. മറുതായ്ക്ക് കോഴിയിറച്ചി നല്കി തൃപ്തിപ്പെടുത്തുകയേ നിർവാഹമുള്ളൂ. അതുപോലെ മറ്റൊരു ഭീകരദേവതാസങ്കല്പമാണ് മാടൻ. 'മാടനടിച്ചു' എന്നത് ഗ്രാമീണശൈലികൂടിയാണ്. കുലവാഴകൾ കുഴിച്ചിട്ട് (വാഴത്തടകളാണ് പൊതുവെ) അതിൽ പന്തങ്ങൾ കൊളുത്തിനിർത്തിയാണ് ഈ ദേവതകളെ ആരാധിക്കുന്നത്. 'കുലവാഴയിലെരിയുന്നൂ പന്തങ്ങൾ' എന്ന പ്രയോഗം സാംസ്കാരികമായ ഒരു ചിഹ്നമായിട്ടാണ് ഗിരീഷ് ഉപയോഗിച്ചിരിക്കുന്നത്. ഈ ആസുരശക്തികളെ തുയിലുണർത്തുന്നത് ശത്രുസംഹാരത്തിനല്ല, സമ്പൽസമൃദ്ധിക്കാണ്.

ഒരു തുള്ളിയിലൊരു കടലും
ഒരു മലരിൽ തേന്മഴയും
ഒരു കനലിൽ പുലരൊളിയും
കൊണ്ടുവരൂ കൂടെ വരൂ! (ഊട്ടുപാട്ട്)

ഗ്രാമീണമായ മനുഷ്യവ്യഥകളും വിഹ്വലതകളും മലയാളകവിതയിൽനിന്നും അന്യമായിക്കൊണ്ടിരിക്കെ, ഗ്രാമസംസ്കൃതിയിലേക്ക് ഒരു തിരിച്ചുപോക്കായി ഗിരീഷിന്റെ കവിത അനുഭവപ്പെടുന്നു.

ഗ്രാമസംസ്കാരത്തിന്റെ വീണ്ടെടുക്കൽ മനുഷ്യത്വരഹിതമായ മൗലികവാദമോ പിന്മടക്കമോ അല്ല. നാടോടിപ്പഴമയെ വിസ്മരിച്ച് വിദേശത്തുള്ളതെന്തും ശ്രേഷ്ഠമാണെന്നു കരുതുന്നതിനോട് ഈ കവിക്ക് യോജിപ്പില്ല. ഇത് ഒരു നിവർത്തനമനോഭാവമല്ല. 'ഒരു പണ്ടാരൻ പാടുന്നു' എന്ന കവിത ഈയൊരു തിരിച്ചുപോക്കിന്റെ ആധുനിക സാധ്യതകളെ വ്യക്തമാക്കുന്നുണ്ട്. തോളിൽ ഭണ്ഡാരവും പേറിനടക്കുന്നവനാണ് പണ്ടാരൻ, അഥവാ സഞ്ചാരി. ഈ പണ്ടാരനും കുട്ടികൾക്കൊരു പേടിസ്വപ്നമാണ്. തെക്കൻഗ്രാമങ്ങളിൽ നിലനിന്നുപോന്ന പണ്ടാരംപാട്ടിന്റെ ഘടനയിലും താളലയത്തിലുമാണ് ഈ കവിതയുടെ രചന.

"പാട്ടുപാടെടാ പണ്ടാരാ"
എന്തരുപാടണം വീട്ടിലമ്മോ?
"കടലിനക്കരെക്കൊയ്യാൻ പോയോരെ
കഥകൾ പാടെടാ പണ്ടാരാ." (ഒരു പണ്ടാരൻ പാടുന്നു)

അന്യനാട്ടിലുള്ളതെന്തും വിലയുറ്റതും സ്വന്തം നാട്ടിലേത് വിലയറ്റതും എന്ന വിശ്വാസത്തിന്റെ അർത്ഥശൂന്യതയെ പരിഹസിക്കുകയാണ് പണ്ടാരൻ. കവിത സ്വപ്നപ്രവർത്തനമാണെന്ന് ഫ്രോയിഡ്. മന്ത്രസിദ്ധിപോലെ ഈതിബാധകളകറ്റുവാനുള്ള ഒരുപാധിയായിട്ടാണ് അതിനെ കവി കാണുന്നത്. ഗിരീഷിന്റെ കവിത, പേടിസ്വപ്നങ്ങളിലെ ഭൂതത്താൻബിംബങ്ങളെ ഉപയോഗിച്ചുകൊണ്ട് നന്മയ്ക്കുവേണ്ടിയുള്ള ആഗ്രഹങ്ങൾക്കാത്മാവായിത്തീരുന്നു. പാരമ്പര്യചികിത്സയുടെയും മന്ത്രവാദത്തിന്റെയും നാടോടിമിത്തുകളുടെയും ലോകത്തിൽ ജനിച്ചുവളർന്ന ഗിരീഷിന്റെ കവിതയിൽ അവ നിറയെ നിരന്നുവരുന്നു. കവിത വ്യക്തിപരമായ ആശ്വാസവും ജീവിതവേദനകൾക്ക് ഔഷധവുമാണെന്ന് കവിതയുടെ അർത്ഥത്തെ മുൻനിറുത്തി പറയാം. രോഗബാധിതമായ ശരീരത്തെ പ്രകൃതിയെക്കൊണ്ടും ആസുരശക്തികളുടെ ആക്രമണത്തെ ആരാധനാനുഷ്ഠാനങ്ങൾ കൊണ്ടും കീഴ്പ്പെടുത്തി ജീവിച്ചുപോന്ന ഗോത്രസംസ്കൃതിയുടെ പാരമ്പര്യത്തിലാണ് ഈ കവിതകളുടെ വേരോടിയിരിക്കുന്നത്. വരേണ്യവർഗ്ഗത്തിന്റെ (സംസ്കൃതഭാഷയുടെയും സാഹിത്യത്തിന്റെയും) പൗരാണികചിഹ്നവ്യവസ്ഥയായിത്തീർന്നിരിക്കുന്ന മലയാളകവിതയിൽ കീഴാളസംസ്കാരത്തിന്റെ ചിഹ്നവ്യവസ്ഥയെ പകരംവയ്ക്കുകയാണ് ഗിരീഷ് ചെയ്യുന്നത്.

കേരളത്തിന്റെ തെക്കു-വടക്കുഭാഗങ്ങളിലെ ദേവീസങ്കല്പങ്ങളിലും ആരാധനകളിലും സാജാത്യത്തെക്കാൾ ഏറെ വൈജാത്യങ്ങളാണുള്ളത്. മുടിയെഴുന്നള്ളത്തും പരണേറ്റവും തൂക്കവും വടക്കൻകേരളത്തിനു പരി

ചിതമല്ല. അതുപോലെ തെയ്യമോ തിറയോ കലശമെഴുന്നള്ളത്തോ തെക്കൻകേരളത്തിലില്ല. പൊതുവേ, തെക്കൻകേരളത്തിലെ ഭദ്രകാളീക്ഷേത്രങ്ങളിലെ ഉത്സവങ്ങൾ അരങ്ങേറുന്നത് കുംഭം-മീനമാസങ്ങളിൽ കൊയ്ത്തുകഴിഞ്ഞ നെൽപ്പാടത്തിലാണ്. മുടിപ്പുരകളിൽ (ഭദ്രകാളീക്ഷേത്രങ്ങളിൽ) ഭദ്രകാളിപ്പാട്ടുകൾ ആരംഭിക്കുന്നതോടെ ഉത്സവത്തിന് കൊടിയേറുന്നു. അശ്ലീലതയും കാമോത്സുകതയും നിറഞ്ഞ പാട്ടുകൾ ദേവിയുടെ കാമക്രോധാവേശങ്ങളെ മാത്രമല്ല, ഗായകന്റെ മാനസികഭാവങ്ങളെയും (ഭക്തരുടെയും) സംതൃപ്തിപ്പെടുത്തുന്നുണ്ട്. കാളിമ കാമത്തിന്റെയും കാളിയുടെയും നിറമാണല്ലോ. ഗിരീഷിന്റെ ദേവീസങ്കല്പവും അസംതൃപ്തമായ രതിയുടെയും കാമോദ്ഭവമായ ക്രൗര്യത്തിന്റെയും പര്യായമാണ്. കാമം ഉത്പാദനക്ഷമതയുമായി ബന്ധപ്പെട്ട വികാരമായതിനാൽ ദേവിയുടെ കാമോത്സുകതയെ പാടിയുണർത്തുകയെന്നാൽ പ്രകൃതിയുടെ പ്രജനനശക്തിയെ വർദ്ധിപ്പിക്കുകയെന്നാണർത്ഥം. ഭദ്രകാളിപ്പാട്ടിന്റെ ചിഹ്നങ്ങൾ ഗിരീഷിന്റെ കവിതയിൽ കടന്നുവരുന്നത് ഗ്രാമീണസംസ്കാരവുമായുള്ള സുദൃഢബന്ധം കൊണ്ടാണ്. നാടോടിനിനവുകളിൽ കറുത്തപെണ്ണിന്റെ ഉയിർത്തെഴുന്നേല്പായിട്ടാണ് ദ്രാവിഡീയപ്രേമസങ്കല്പം കണ്ടുവരുന്നത്. 'കറുത്ത പെണ്ണേ, കരിങ്കുഴലീ, നിനക്കൊരുത്തൻ കിഴക്കുദിച്ചു' എന്നൊരു പ്രസിദ്ധമായ പ്രേമഗാനംപോലും കറുത്ത പെണ്ണിനെ (കറുത്ത മണ്ണിനെ) ഫലഭൂയിഷ്ഠമായ ശക്തിയായി സങ്കല്പിച്ചിരിക്കുന്നു. നാടിന്റെ ശ്യാമപ്രകൃതിയുടെ ഭംഗിയും രാത്രിയുടെയും കാർമുകിലിന്റെയും കാമത്തിന്റെയും ശ്യാമവർണ്ണവും അവൾക്കുണ്ട്. ഇതൊരു പുരുഷാധിപത്യമനോഭാവത്തിന്റെ പ്രത്യയശാസ്ത്രസൂചനയായി വ്യാഖ്യാനിക്കപ്പെടാമെങ്കിലും പെൺമയോടുള്ള ആഭിമുഖ്യം ഗിരീഷിന്റെ കവിതയുടെ പ്രബലമായ ഒരന്തർഭാവമാണ് ('വിയോഗനവകം' എന്ന കവിത).

തെക്കൻ കേരളീയഗ്രാമങ്ങളിലെ യക്ഷിസങ്കല്പത്തിൽ ഗിരീഷിന്റെ കവിതയും വ്യാമുഗ്ദ്ധങ്ങളായിത്തീരുന്നു ('മാറാട്ടം'). ബുദ്ധമതത്തിലെ മിത്തുകളിൽ കാർഷികവിഭവങ്ങളുടെ അധിദേവതകളാണ് 'യക്ഷവർഗ്ഗം'. പക്ഷേ കേരളത്തിൽ പുരുഷവിരോധിയായ, രോഷാകുലയായ, പിശാചിനി (ദേവിയായിട്ടും)യായിട്ടാണ് സങ്കല്പിക്കപ്പെടുന്നത് (കേരളത്തിൽ പ്രചരിച്ചിരുന്നതായി പറയപ്പെടുന്ന ബുദ്ധമതത്തിന്റെ അപചയവുമായി ഇതിനു ബന്ധമുണ്ടാകാം). ഒരിക്കലുമടങ്ങാത്ത കാമത്തിന്റെയും സുഗന്ധങ്ങളുടെയും ദേവതയായ യക്ഷി രാത്രിസഞ്ചാരിണിയാണ്. പിച്ചകപ്പൂക്കളും വെള്ളിയാഴ്ചരാവുകളും നിലാവുള്ള അർദ്ധരാത്രികളും മൂന്നായി പിരിയുന്ന വഴിമുക്കുകളും അവളുടെ സങ്കല്പവുമായി ബന്ധപ്പെട്ടിരിക്കുന്നു. 'മാറാട്ടം' എന്ന കവിതയിൽ യക്ഷിയെ പാടിയുണർത്തു

ന്നത് പുതിയൊരു പരിവർത്തനത്തിനാണ്. ദുർമന്ത്രവാദികളെല്ലാം മാലാഖമാരാവുന്നു. മുൾക്കാട് പൂവനമായിത്തീരുന്നു. വർത്തമാനകാലജീവിതത്തോടുള്ള ഒടുങ്ങാത്ത അസംതൃപ്തിയിൽനിന്നാണ് ഈ മന്ത്രോച്ചാരണം.

ഗിരീഷിന്റെ കവിതയിൽ സ്ത്രീത്വത്തിന്റെ മറ്റൊരു മുഖം കാണാം. ഗ്രാമീണജീവിതത്തിന്റെ ഭൗതികതയിൽ നിലയുറപ്പിച്ചിരിക്കുന്ന നാടൻ പെൺമ. അവരെക്കുറിച്ചുള്ള പ്രണയഗീതത്തിനു നാടോടിപ്പാട്ടിന്റെ ഘടനയും ശൈലിയും സൂചനകളും ഉപയോഗിക്കുന്നു. 'കൊള്ളിയാൻ കാതലുപോലെ തിളക്കമാർന്ന' നാടൻപെണ്ണിനെക്കുറിച്ചുള്ള പ്രണയഗീതമാണ് 'കല്ലോരളും കാക്കയും'. കല്ലുരൾ പൂക്കുക എന്നത് അസംഭവ്യവും അസംബന്ധവുമായ ഒരു സാധ്യതാസങ്കല്പമാണ്. ഇത്തരം ഭാവനകളാണ് നാടോടിമനസ്സിന്റെ പ്രത്യേകത. കല്ലോരള് പൂക്കുന്ന കാലത്ത് മടങ്ങിവരാമെന്നു പറയുന്ന പ്രിയതമയെ കാത്തിരിക്കുന്ന കാമുകന്റെ നെഞ്ചെരിച്ചിലാണ് ഈ കവിത. കാല്പനികശൈലിയുടെ വിദൂരസ്പർശനം പോലും ഈ പ്രണയഗീതത്തിനില്ല. തനി മലയാളിത്തമുള്ള പ്രണയം. ഓരോ വരിയും അർത്ഥത്തിന്റെ രേഖീയക്രമമായി പര്യവസാനിക്കുന്ന ഈ കവിത നാടോടിക്കവിതയുടെ സൗന്ദര്യശാസ്ത്രമാണ് പരീക്ഷിക്കുന്നത്.

പിതൃദായക്രമം പിൻതുടർന്ന കീഴാളഗ്രാമങ്ങളിൽ തിരണ്ടുകുളി ഒരു പെൺകുട്ടിയുടെമേൽ വന്നുവീഴുന്ന നിബന്ധനകളും ശാസനകളുമായിരുന്നു. 'കുളി' എന്ന കവിത സാംസ്കാരികമായ ചിഹ്നം മാത്രമല്ല, അനുഷ്ഠാനപരമായ സൂചനകൾകൂടി ഉൾക്കൊള്ളുന്ന രചനയാണ്. ഗ്രാമത്തിൽ പെൺകുട്ടി തിരളുമ്പോൾ (ഋതുമതിയാകുമ്പോൾ) അവൾക്ക് എള്ളെണ്ണ, മുട്ട, അരിമാവ്, കരിപ്പുകട്ടി (പനം ശർക്കര) എന്നിവ കൊടുത്തു മുറിക്കകത്തിരുത്തുകയും ഏഴാംനാളിൽ തിരണ്ടുകുളി നടത്തി, മാറ്റുടുത്ത് കരിക്കട്ടപോലെ കരിമഷിയെഴുതി സാധാരണ ജീവിതത്തിലേക്കാനയിക്കപ്പെടുകയും ചെയ്യുന്നു. പെൺകുട്ടിയുടെ സ്നിഗ്ദ്ധതയും മുഗ്ദ്ധതയും പ്രകാശപൂർണ്ണമാകുന്ന കാലം.

കന്നിക്കിനാവുകളെല്ലാമെരിക്കുന്നൊ-
രെണ്ണക്കുരുപോലവളിരുന്നു (കുളി)

എന്ന കല്പന ഗ്രാമീണജീവിതത്തിന്റെ സ്മൃതിഗന്ധങ്ങൾ മനസ്സിൽ സൂക്ഷിക്കുന്നവർക്ക് പങ്കുവയ്ക്കേണ്ടുന്ന അർത്ഥസമ്പത്താണ്.

'ഇന്നലെച്ചിറ്റാറിന്നോരത്തും തീരത്തും
തേരോപ്പാരാപാടിപ്പോയ' അവൾ ഋതുമതിയായതോടെ വന്നുവീഴുന്ന

വിലക്കുകൾ, അവളുടെ ഗുപ്തമായ പ്രണയം എന്നിവ നാടോടിശീലിൽത്തന്നെ ഗിരീഷ് ആവിഷ്കരിക്കുന്നു. ഇന്നത്തെ തലമുറയ്ക്ക് തികച്ചും അപരിഷ്കൃതമായിക്കൊണ്ടിരിക്കുന്ന അനുഷ്ഠാനങ്ങളുടെയും ചടങ്ങുകളുടെയും സൂചനകൾ കവിതയ്ക്ക് ആകർഷണീയമായ അന്തരീക്ഷം നല്കുന്നു.

ഗിരീഷിന്റെ ഭാഷാശൈലി നാടൻമൊഴിയുടെ കരുത്തും മിഴിവും ഉൾക്കൊള്ളുന്നുണ്ട്. ഇടശ്ശേരിക്ക് ഒരു പൊന്നാനിപ്പദകോശമുള്ളതുപോലെ ഗിരീഷിനും നാടോടിപ്രയോഗങ്ങളുടെ ഒരു പദകോശമുണ്ട്. ഇനിയും മലയാളകവിതയിൽ എത്തിച്ചേർന്നിട്ടില്ലാത്ത ഒരു പ്രയോഗമാണ് 'മഴക്കൂരാപ്പ്'. കാർമേഘങ്ങൾ പെയ്യാതെ ആകാശത്തിൽ കറുത്ത മേൽക്കൂര കെട്ടി സൂര്യപ്രകാശം മറച്ചുനില്ക്കുന്ന അവസ്ഥയെ സൂചിപ്പിക്കാൻ തെക്കൻകേരളത്തിലെ ഗ്രാമീണർ ഉപയോഗിക്കുന്ന പദമാണ് 'മഴക്കൂരാപ്പ്'. 'കാരണമില്ലാതിരവും പകലും ക്രൂരതയാടിയ കൂരാപ്പിൽ' എന്ന് ഗിരീഷ് പ്രയോഗിക്കുമ്പോൾ കാളിമ പടർത്തുന്ന എന്തിനെയും - മാനസികാവസ്ഥകളെപ്പോലും- സൂചിപ്പിക്കാൻ 'കൂരാപ്പ്' എന്ന പദം സമർത്ഥമായിത്തീരുന്നു. വേങ്കുഴൽ, മടവ, അരുമാന്ത, കൊളക്കൂരച്ചാര്, പോട്ടിനകത്ത്, കഞ്ച, കന്നിയഴിയാത്ത, മൂക്കുമുട്ടംമൂട്ടുക, എരുമച്ചിമക്കൾ, എതുപ്പ്, കൊരവള, അറുവാണി, തൊന്തരവ്, കൊക്ക്, പാണ്ടുകിടക്കുക, കൂമ്പാരം, നാഥനുമില്ലാനന്തനുമില്ലാതെ, പുളുവാസം, പണ്ടംതരുക, മായക്കുരളൻ, അന്തമറിയാതെ, ചപ്രം, തേരുവിളക്ക്, മാടൻ, മറുത, പണ്ടാരൻ, തേരാപ്പാരാ, പോക്കണക്കേട്, കൊടുതി എന്നിങ്ങനെയുള്ള നാടൻപദങ്ങളെ ഗിരീഷ് കവിതയിലൂടെ വീണ്ടെടുക്കുന്നു. പക്ഷേ, അനുഷ്ഠാനപരവും പ്രാദേശികത്തനിമയുൾക്കൊള്ളുന്നതുമായ ഇത്തരം പദങ്ങളോട് മലയാളികളായ എല്ലവരും ഒരേരീതിയിൽ സംവദിക്കുമോ എന്ന കാര്യം സംശയമാണ്. അതൊരു പരിമിതിയായി കാണുകയും ചെയ്യാം. പക്ഷേ, ആ പദങ്ങൾ കവിതയിലേക്കു കൊണ്ടുവരുന്ന അർത്ഥതലങ്ങളെ പരിഗണിക്കാതെ വയ്യതാനും.

സംസ്കൃതഭാഷയും മിത്തുകളും നമ്മുടെ നാടോടിപ്പാരമ്പര്യത്തിന്റെമേൽ പ്രത്യയശാസ്ത്രപരവും ഭാവനാപരവുമായ ആധിപത്യം ചെലുത്തിയതോടെ പഴയ നാടോടി സൗന്ദര്യഭാവുകത്വവും മിത്തുകളും നമുക്കു നഷ്ടമായിത്തീർന്നു. ഉപരിവർഗ്ഗത്തിന്റെ ചമ്പുക്കൾക്കും ആട്ടക്കഥകൾക്കും പാട്ടുപ്രസ്ഥാനത്തിനും ബദലായ നാടോടിഗാനങ്ങളിലും ചൊല്ലുകളിലും അധഃസ്ഥിതരായി ജീവിക്കേണ്ടിവന്ന ജനവർഗ്ഗങ്ങളുടെ സൗന്ദര്യബോധവും പ്രപഞ്ചദർശനവും ജീവിതപ്രതികരണരീതികളും പ്രേമസങ്കല്പവും ഭാവനകളുമെല്ലാം നിലനിന്നിരുന്നു. അതിനുമീതെയാണ് 'സംസ്കൃതീകരണം' നടന്നത്. ഇപ്പോൾ പാശ്ചാത്യനാഗരികത

യുടെ കടന്നുകയറ്റമായിരിക്കുന്നു. ഈയൊരു ഭീമമായ സാംസ്കാരിക വ്യാമർദ്ദനത്തിനെതിരെയുള്ള ചെറുത്തുനില്പുപോലെ ഗിരീഷിന്റെ കവിത പ്രത്യക്ഷപ്പെടുന്നു. വരേണ്യവർഗ്ഗത്തിന്റെ ചിഹ്നവ്യവസ്ഥയായിത്തീർന്നിരിക്കുന്ന മലയാളകവിതയിൽ കീഴാളസംസ്കാരത്തിന്റെ ചിഹ്നവ്യവസ്ഥയെ പങ്കുവയ്ക്കുകയാണ് ഗിരീഷ് ചെയ്യുന്നത്. കവിതയിൽനിന്നും കവിയുടെ അർത്ഥം വായിച്ചെടുക്കുക എന്ന കാല്പനികനിലപാടിനെ, കവിതയിലെ കവിയുടെ വ്യക്തിത്വപ്രകാശനത്തെ നിഷേധിക്കുകയാണ് ഗിരീഷ് പുലിയൂരിന്റെ കവിത.

9 789388 485074